காவிரி வெறும் நீரல்ல

தங்க. ஜெயராமன்

க்ரியா

Cre-A: is a contributor to Bookshare, the world's largest online digital library for people with print disabilities.

Kaaviri Verum Nirralla *a collection of essays in Tamil by*
Thanga. Jayaraman

© *Thanga. Jayaraman*

First Edition: January 2019

Published by
Cre-A:
New No. 2, Old No. 25
17th East Street
Kamarajar Nagar
Thiruvanmiyur
Chennai- 600 041.
Mobile: 72999 05950
Email: crea@crea.in
Website: www.crea.in

Printed at
Sudarsan Graphics Pvt. Ltd.,
Chennai- 600 041

ISBN: 978-93-82394-39-6

Price: Rs. 160

என் மாணவர்களுக்கு

	முன்னுரை	5
1	காவிரி வெறும் நீரல்ல	9
2	உங்கள் வீட்டுப் பொங்கல் வெண்கலப் பாணையிலா?	16
3	காவிரிக் கரை வெற்றிலைக் கலாச்சாரம்	24
4	எப்போது வந்தது இந்த வறட்சி?	28
5	சொர்க்கத்தையா கேட்கிறார்கள் விவசாயிகள்?	34
6	காவிரியிடம் தோற்றாலும் கேவலமே!	40
7	இனி ஒருபோதும் திருவிழா பார்க்க முடியாது	45
8	கோயில்கள் கலாச்சாரப் பண்டங்களா?	51
9	இலக்கியமும் இதர பாடங்களும்	56
10	யதார்த்தத்தை இலக்கிய நடையில் சொன்ன கலைஞர்	63
11	பாடத்துக்குப் பகையாகும் புத்தக மொழி	68
12	பிளாஸ்டிக் ஞானம்	74
13	புயல்நாடான புனல்நாடு	81
14	ஜனநாயகம் வளர்க்கும் சாதியம்	86
	சொல் விளக்கம்	93

முன்னுரை

ஓடிக்கொண்டே இருப்பதால் ஆற்றுக்குத் தொடர்ச்சி இல்லை. காவிரிக்கும் அப்படித்தான். இப்போது இருக்கும் ஆறு அடுத்த வினாடி அங்கு இருக்காது. ''ஒரே ஆற்றில் நீங்கள் இரண்டு முறை இறங்க முடியாது'' என்றார் ஹெராக்லீட்டஸ். காவிரி வெறும் நீர்தான் என்றால் அந்தக் கிரேக்கத் தத்துவ ஞானி சொல்வது மெய். பார்ப்பவருக்கு 'இது காவிரி' என்று உறைப்பதற்குள் அந்த நீர் மறைந்து, அதன் இடத்துக்கு வேறொன்று வந்துவிடும். அதே காவிரி தொடர்ந்தால்தானே அதற்கு நேற்றும் நாளையும் இருக்கும்?

அது வெறும் நீரல்ல என்றால் நாம் நேற்றைய காவிரியைப் பற்றிப் பேச முடியும். நேற்றைய காவிரியைப் பற்றிப் பேசுவது பிடித்துப்போய் விட்டதால் நமக்கு வேறு வழியே இல்லை. 'காவிரி வெறும் நீரல்ல' என்று உரக்க அறிவித்துதான் பேசவே துவங்க முடியும். இப்படி அனுமானித்துக் கொள்ளாவிட்டால் காவிரி நீரில் நம் பங்கு என்ன என்ற வழக்கு தவிர, பேசுவதற்கு அங்கு ஒன்றும் இல்லை. பேசி முடிக்கும்போதும் 'காவிரி வெறும் நீரல்ல' என்ற புறப்பட்ட இடத்துக்கேதான் வந்து நிற்போம். நாம் ஹெராக்லீட்டஸுக்குச் சீடர்களாகவே முடியாது என்று உங்களுக்கு இப்போது தெரியும். ஒரு உடம்போடு பிறந்து அதைக் கழட்டிப் போட்டுவிட்டு, அடுத்த உடம்பு எடுத்து அதையும் கழட்டிவிட்டு—இப்படி [illegible] இற்றுப்போகாமல் ஆத்ம சாரமாக நீண்டு தொடரும் நாம் ஹெராக்லீட்டஸுக்கு எப்படிச் சீடர்களாக முடியும்?

தான் பேசுவது நினைவில் தங்கும்படியாகத்தான் என் பேராசிரியர் எம்.எஸ். துரைசாமி எப்போதுமே பேசுவார். அவர் ஊர் காவிரியின் வடகரையிலேயே இருக்கும் மகாராஜபுரம். நீரோடும் காவிரிக்கு நெருக்கமானவர். அவரைப் பார்க்கப் போனால், ''கொஞ்சம் வேலை இருக்கிறது. உனக்கும் எனக்கும் வயது ஒரு மணி கூடிய பிறகு வா'' என்று சொல்வார். அவர் சிந்தனைப் போக்கு நமக்கும் தொற்றிக்கொண்டு, இப்போது இருக்கும் இளைஞராகவே நாம் திரும்பி வர முடியாதே என்று கவலை வரும். இந்தத் தத்துவ வார்த்தைப் பழசுகளை வேடிக்கையாகச் சொல்லவில்லை. காவிரியின் நிரந்தர அடையாளமாக அன்றும் இன்றும் நாளையும் தொடரும் அடையாளம் ஏதாவது உண்டா? 'காவிரிக்

கரைக் கலாச்சாரம்' என்று சொல்லி முடிக்கும்போது, அதுவும் 'காவிரி' என்று நான் அந்தத் தொடரை ஆரம்பித்தபோது இருந்த காவிரியாக இருக்காது, நானும் வேறாக இருப்பேன்.

கலாச்சாரங்களும் நிலைப்பதில்லை. ஓடும் நீர்போல அவையும் அடுத் தடுத்து வருபவைதான். தொகுப்பில் உள்ள கட்டுரைகள் பல காவிரிக் கரையில் நிகழும் அந்த ஓட்டத்தைப் புரிந்துகொள்ளும் முயற்சி.

அறுபதே ஆண்டுகள்தான் ஆகியிருந்தாலும் இங்கே அடையாளமே அழிந்துவிடும் மாற்றங்கள் வந்தன. போகப்போக இன்னும் பெரியவை யாகவும், இன்னும் வேகமாகவும் மாற்றங்கள் வரும். பொங்கலை எடுத் துக்கொள்ளுங்களேன். அது அப்போதுபோல் இல்லை என்று சொல்லி விட்டால் மட்டும் போதாது. சில பொருட்களுக்குப் பதிலாக வேறு சில வந்தன, பல வழக்கங்கள் மறைந்து, புது வழக்கங்கள் வந்தன என்று சொன் னாலும் போதாது. இப்போது அதை ஒரு மேடை நிகழ்ச்சியாகவும் அமைத் துக்கொள்கிறோம். ஒரு வாழ்க்கை முறையின் அடையாளம் என்பதிலிருந்து நகர்ந்து சிலை, ஓவியம், நடனம்போல் தானும் ஒரு கலாச்சாரப் படைப் பாகிறது பொங்கல். இப்படி ஆகும்போது அதன் பழைய கூறுகளில் எவை ஓங்குகின்றன, எவை தணிகின்றன என்று பாருங்கள். மாட்டு வண்டி, மண் பானை, பாரம்பரியப் புடவை, கோலம் போன்ற தொன்மைச் சாயத்தை எளிதாக ஏற்பவை ஓங்கும். மாதம், நாள், நேரம் போன்றவை தணியும். ஆடிக்காட்டுவதுபோல், பாடிக்காட்டுவதுபோல், பலகாரம் செய்துகாட்டு வதுபோல் பொங்கல் கொண்டாடிக் காட்டுகிறோம். ஒரு கலாச்சார வழக் கம் இன்று வழிபாடு. அதுவே நாளை மேடைக் காட்சி. இன்று கும்பிடு கிறோம், நாளை அதன் ரசிகர்களாகிறோம். இத்தோடு பொங்கல் கும் பிட்ட முன்னோர்களைப் பழங்குடிகளாகப் பார்க்கப் பயின்றுகொண் டால் காட்சிப் பொங்கலுக்கான ரசனை நமக்குக் கச்சிதமாக லபித்து விடும். அப்படியொன்றுக்கு மனதுக்குள்ளாவது ரகசியமாக முயன்று பார்ப் போம். இப்படியாகவே கலாச்சார மாற்றம் என்பது கலாச்சார வழக்கங் களுக்குச் சமுதாயம் புதுப் பயன் காண்பதாக இருக்கும். கோயிலுக்கும் திருவிழாவுக்கும் சாமிக்கும்கூட காலம் புதுப் பயன் காணாமல் அப்ப டியே கழித்துவிடுவதில்லை.

பல்கலைக்கழகத்தில் பொங்கல் விழா. மாணவர்கள் மாட்டு வண்டி சகிதம் வந்து பொங்கல் வைத்தார்கள். வந்து பார்க்கும்படி எல்லோரையும் வருந்திவருந்தி அழைத்திருந்தார்கள். பார்வையாளர் இல்லையென்றால் எப்படிப் பொங்கல் வைத்துக் காட்ட முடியும்? பொங்கல் வைப்பவர் களே ஒருவருக்கு ஒருவர் பார்வையாளராகலாம். பொங்கல் வைக்காதவர் களும் பார்வையாளராகலாம். யார் எப்படியானாலும் பார்ப்பதற்கு யாரும் இல்லையானால் காட்சி உருவாகாது. ஒருவரேகூட, ஏகாந்தமாக

நிஜப் பொங்கல் கும்பிட்டுவிட முடியும் என்பது இங்கே நினைவில் இருக்கட்டும். பொங்கல் வைத்தவர்கள் பொங்கல் வைத்தவர்களாகவே இருந்தார்கள், பார்க்க வந்தவர்களும் பார்வையாளர்களாகவே இருந்தார்கள் என்றால் சிக்கல் இல்லை. எல்லாப் பொங்கலையும் பார்வையாளர்களில் மூன்று பேர் ருசிபார்த்து, முதல் மூன்று பொங்கலைப் பரிசுக்குப் பரிந்துரைக்க வேண்டும் என்பது காட்சியின் உச்சம். அப்போதுதான் எனக்கு ஒரு அதிர்ச்சி. 'இது என்ன, நாடகம் பார்க்க வந்தவர்களும் வேடம் கட்டி மேடையேற வேண்டுமா?' என்று குழப்பம் வந்தது. நிஜமான பொங்கலாக நினைத்து நிஜமாகவே ருசிபார்ப்பதா? அப்படிச் செய்தால் காட்சியை நம் மனதுக்குள் கலைத்துக்கொள்கிறோம். கட்டிய வேடத்துக்கு விசுவாசமாக இருக்க வேண்டும், பொங்கலின் நிஜ ருசியைக் காட்சிக்குப் பொருந்தும் கற்பனைச் சுவைக்குள் ஒளித்துவிட வேண்டும் என்று தெளிந்து, காட்சிக்காக ஒரு தரவரிசை தயாரித்துக்கொடுத்தேன். எல்லோரும் மகிழ்ச்சியாகப் பாராட்டும் அடுத்த கட்டக் காட்சியும் தடங்கல் இல்லாமல் நிறைவேறியது. தோற்றவருக்கு எப்படி வருத்தம் இருக்க முடியும்? அப்படியொரு கட்டம் காட்சிக்கான மேடைக் கதையில் இல்லையே! வருத்தம் வந்தால் காட்சியாக மட்டுமே இருக்க வேண்டியது நிஜமாகிவிடும். எனக்குத்தான் அந்த நாளில் இப்போது நிஜமாகவும், பிறகு காட்சிப் பாத்திரமாகவும் மாறிமாறி இருப்பது சிரமமாகிவிட்டது.

தொலைக்காட்சியில் சமையல் வல்லுநர் சமைத்துக்காட்டுவார். நாம் அதை நம் வீட்டிலிருந்து பார்த்துக்கொண்டிருப்போம். அவர் பண்ணிய பலகாரத்தைத் தன் பக்கத்தில் நிற்பவருக்குக் கொடுத்து ருசிபார்க்கச் சொல்வார். அவரும் ''அற்புதம்'' என்று இன்னொரு கை கேட்டு வாங்கிச் சாப்பிடுவார். இப்போது சமையல் வல்லுநரின் கை பலகாரத் தட்டோடு திரையைக் கிழித்துக்கொண்டு உங்கள் பக்கம் நீண்டு ''நீங்களும் சாப்பிட்டுவிட்டுச் சொல்லுங்கள்'' என்றால் உங்களுக்கு எப்படி இருக்கும்? நிஜத்தையும் காட்சியையும் பிரிக்கும் திரை எப்போது அவற்றுக்கு இடையே விழும், எப்போது விலகும் என்று தெரிவதில்லை. இப்படி ஒரு மயக்கத்துக்கு நகர்ந்திருக்கின்றன காவிரிக் கரைக் கலாச்சார வழக்கங்கள். கோயில் விழாக்களும் இவற்றோடு சேர்த்தி. ''இந்தக் கலாச்சார வழக்கங்கள் எல்லாமே மக்கள் கிறங்கி, கலாச்சாரம் மேலோர்களாகக் காட்டுபவர்களோடு ஒத்துப்போகவும், அவர்களுக்கு அடங்கிப்போகவும் வந்தவைதானே! மயக்கத்துக்குக் கேட்கவா வேண்டும்! காவிரிக் கரை மட்டும் வேறா? அதன் கலாச்சாரப் புகையிலைக்குக் காரம் தூக்கல்''—இப்படியும் நண்பர்கள் இதைப் பார்க்கக்கூடும்.

பன்மை என்பது பல கலாச்சாரங்களுக்கு இடையில் உருவாவது என்பதில்லை. ஒரே கலாச்சாரத்தின் வழக்கங்களிலும் பன்மை இருக்கும். பொங்கல் பற்றிய கட்டுரை இதைக் காட்டுவதற்குச் செய்த முயற்சி. பொங்கலை ஒரே வண்ணத்தைக் கொண்டு வரைந்து காட்ட முடியாது. அதை இன அடையாளமாகப் பொதுமையாக்கும் முயற்சியில் ஒன்றிரண்டு அம்சங்களை மட்டும் அழுத்தமாக வரைந்துவிட்டால் அதற்கு உள்ளேயே இருக்கும் பன்மைத் தன்மை தன்னாலேயே வெளிறித் தணிந்துவிடும். இந்த உள்வாய்ப் பன்மையை ஏற்கும் மனவிசாலம் எவ்வளவு நுணுக்கமாகச் செயல்படும் என்று காட்ட ஒரு தர்க்க வழி உண்டு. பொங்கல்தான் இன அடையாளமாயிற்றே என்ற அடிப்படையில் 'பொங்கல் கொண்டாடுபவர்கள் தமிழர்கள்' என்பதாக ஒரு விளக்கக் கோடு இழுக்கிறேன். அப்போது நீங்கள் எதிர்பாராத பலர் 'தமிழர்' என்ற சொல்லுக்குப் பொருந்திவருவார்கள். கலாச்சாரம் சிக்கலான விஷயம்தான்!

காவிரிக் கலாச்சாரத்தில் வந்த மாற்றங்களைப் பற்றிக் கட்டுரைகளில் சொல்லியிருக்கிறேன். ஏற்கனவே இருக்கும் கட்டடத்தைப் பார்ப்பது போல் நாம் கலாச்சாரத்தைப் பார்க்க முடியாது என்று சொல்கிறார்கள். நாம் பார்க்கும்போதுதான், நம் பார்வை வழியாகத்தான், அது தன்னைக் கட்டி எழுப்பிக்கொள்கிறது என்று சொல்கிறார்கள். இருந்துகொண்டே இருப்பதல்ல கலாச்சாரம். அது அவ்வப்போது நாம் கட்டி வைத்துக்கொள்வது. நமக்கு, நம் அதிகார நிலைக்குச் சாதகமாக இருப்பதை நாம் கட்டிக் கொண்டு இருக்கும்போதே அது அங்கே ஏற்கனவே இருந்ததாகச் சொல்கிறோம் என்றும் நூல்களில் படிக்கிறோம்.

ஒன்றேயல்ல உண்மை. நான் கண்டது, நீங்கள் கண்டது, அவர் கண்டது என்று பன்மையில்தான் உண்மைகளைப் பற்றிப் பேச முடியும். ஒன்றேயல்ல வரலாறு. தமிழக வரலாறு என்று ஒருமையில் பேச முடியாது. தமிழக வரலாறுகள் உண்டு. எழுதி முடியும் தன்மை வரலாற்றுக்கு இல்லை. அது எப்போதும் நாம் எழுதிய மேனிக்கே இருப்பது. காவிரிக் கரை ஒரு சிறிய நிலப் பரப்பானாலும் அதைப் பற்றி எழுதுவதில் இப்படியான சிக்கல்கள் உண்டு.

இந்தச் சிக்கல்களைத் தீர்த்துக்கொள்வதற்காக இவற்றைச் சொல்லவில்லை. அவை இன்னின்ன என்று நாம் தெரிந்துகொண்டு படிக்கும் போது வாசிப்பு ஆழமாகும். அதற்காக இவற்றைச் சொல்லிவைத்தேன். ●

தங்க. ஜெயராமன்
திருவாரூர்

1

காவிரி வெறும் நீரல்ல

காவிரி நீரைப் பாகம் பிரிக்க உதவியவை தொழில்நுட்பமும் சட்ட நுணுக்கமும் நியாயவியல் கோட்பாடுகளும். தொழில்நுட்பத்தின் துணை யால் நீர் வரவையும் அதன் செலவையும் அளக்க முடிந்தது. சட்டத் தால் அவரவருக்கும் உள்ள உரிமையை நிச்சயித்தார்கள். நியாயவியல் கோட்பாடுகள் பங்கீட்டுக்கு அடிப்படை ஆயின. நிலத்தடி நீரும் இந்த வலையில் சிக்கி அதுவும் கணக்கில் வந்தது. இவ்வளவு நுணுக்கமான கணக்கு களுக்கு அகப்படாமல் இருப்பதும், இருந்ததுமான அம்சங்களும் காவிரிக்கு உண்டு. அது கணக்கில் வராத காவிரி.

கணக்கில் வராத காவிரிக்கு இங்கேயே ஒரு எடுத்துக்காட்டுத் தருகி றேன். எல்லாவற்றுக்கும் புராணத்தை ஆதாரமாகக் காட்டுபவர்கள், இந்த ஆறு கவேர முனிவரின் புதல்வி, எனவே, இதை 'காவேரி' என்று சொல் வதே பொருத்தம் என்பார்கள். புவியியல் தெரிந்தவர்கள் இது கிளைத்து, கிளைத்துக் கால் பிரிந்து டெல்டாவை உருவாக்கியதால், சொல்லின் பொருள் அடிப்படையில் இது 'காவிரி' என்பார்கள். வரலாறு எழுது கிறேன் என்று புராணம் எழுதுவதும், புராணம் எழுதியவர்கள் வர லாற்றை அதற்குள் புதைத்துப் புராணத்துக்கு உரமேற்றுவதும் இங்கு வழக்கம். அந்த வழக்கத்தை விமர்சிப்பதோடு நம் பிரச்சினை தீர்ந்து விட்டால் நிம்மதிதான். அதாவது வரலாறும் உண்மையும் ஒன்றுதான் என்றால் பிரச்சினை தீர்ந்தது. ஆனால், மனிதனின் விதி அதுவல்ல. வர லாறும் உண்மையும் ஒன்றுக்கொன்று பிரதிச் சொற்கள் என்று வைத்துக் கொண்டிருந்த காலத்தை இப்போது நாம் பத்தாம்பசலிக் காலம் என்று தானே சொல்வோம்? பழைய வடிவத்தில்தான் இந்தச் சொல் இப்போதும் புழங்க வேண்டும் என்பது நம் மொழிக்கொள்கையானால் 'காவேரி' என் பதை ஏற்றுக்கொள்வோம். பெண்களுக்கு 'காவேரி' என்றுதான் பெயர் இருந்தது. இந்த விஷயமெல்லாம் கணக்கில் வருமா?

வயிற்றுக்கு மட்டுமா?

காவிரிப் படுகைக்கென்று ஒரு ரசனை. அங்கே சிருங்காரம் சற்றுத் தூக்கலாக இருக்கும். சங்க காலத்திலிருந்து மருத நிலத்தின் அடையாளமே அதுதானே! இந்தப் புவிப் பரப்பின் இயல்புக்கும் ஒரு இலக்கிய வகைக்கும் இயற்கையிலேயே தொடர்பு இருக்கலாம். அல்லது அந்தத் தொடர்பு ஒரு இலக்கிய மரபாக இருக்கலாம். எப்படி வேண்டுமானாலும் வைத்துக் கொள்ளுங்கள். சிருங்காரத்தின் இலக்கு மனிதனானாலும் சரி, இறைவ னானாலும் சரி. அதையும் உங்கள் விருப்பத்துக்கு வைத்துக்கொள்ளுங் கள். காவிரி நீரில் சிருங்காரம் வஞ்சனை இல்லாமல் வளர்ந்திருந்தது என் பது நிச்சயம். பேசும்போது சங்கதிகளை அசட்டுத்தனமாகப் பிட்டுவைக் காமல் தொட்டுத்தான் காட்டுவார்கள். இது கரவாகப் பேசுவதல்ல. தொனி யையும், சொல்லாமல் சொல்வதையும் கவிதையைப் படிப்பதுபோல் நீங் கள் புரிந்துகொள்வீர்கள் என்ற நம்பிக்கையின் நளினம். காவிரிப் படுகை யில் தன்னையே குறியாக வைத்ததுபோல் பிறரையும் பேசும் கேலிப்பேச்சு இருந்தது. உங்களைக் கேவலமாகப் பேசுகிறார் என்று உங்களுக்குத் தெரி யும். ஆனால், நீங்கள் அவரை முகத்துக்கு நேராகக் கேட்பதற்குத் தன் பேச் சில் இடம் வைத்திருக்க மாட்டார். நீங்களும் அவர் பாணியிலேயே பேசி விலக வேண்டியதுதான்.

முழுத் தத்துவமாக அது முற்றாவிட்டாலும் அங்கு ஒரு தத்துவமும் உண்டு. சட்டையைக் கழற்றி ஆணியில் மாட்டும் எளிமையில் உடம்பை உதறிவிட்டுப் போவார்கள். ''இந்த ஆக்கையைச் சுட்டுப்போட்டால் என்ன?'' என்று தன் உடம்பிலிருந்தே விலகி நின்று அதைச் சபித்துக் கொள்வார்கள். உடம்புக்கும் தனக்கும் ஒரு தொலைவை உண்டாக்கிக் கொள்ளச் சித்தர்களால் மட்டுமே முடியும் என்று நினைக்காதீர்கள். வயிற் றுக்கு மட்டுமே சோறிட்டு வளர்க்கவில்லை காவிரி. இப்படி ஒரு சிந்த னைக் கலாச்சாரத்தையும் வளர்த்திருந்தது. அது பண்பாட்டுப் படைப்பு களான இலக்கியத்துக்கும் கலைக்கும் ஊற்று. காவிரியின் வறட்சியால் அதுவும் வறண்டுவிடுமோ?

உணர்வுப் பிளவு

பேச்சுவாக்கில், ''ஆற்றங்கரை மரமும் அரச வாழ்வும்'' என்று சொன் னேன். கேட்டுக்கொண்டிருந்தவருக்குப் புரியவில்லை. ஆற்றுப் படுகையை ஆறு அரித்து ஓடும்போது அங்கே இருப்பது அரசமரமானாலும் விழுந்து விடும். இன்று அரசனாக இருப்பவன் நாளையே அடிமையாகக்கூடும். சொற்கள் புரிந்திருந்தாலும் அவரால் விளங்கிக்கொள்ள முடியாததற்குக்

காரணம் சிந்தனைக் கலாச்சாரத்தில் வந்த இடைவெளி. ஆற்றங்கரை அரசமரம் அவர் பிரக்ஞைக்கு அந்நியம். வேகமெடுத்த வெள்ளம் கரையை அரித்து ஓடுவதை அவர் பார்த்திருக்க மாட்டார். அப்போது கரை புரண்டு ஓடிய காவிரி தன் மக்களின் பிரக்ஞையை எவ்வளவு வளமாக வைத்திருந்தது! நீர் வெறும் நீராக மட்டுமே இருந்ததில்லை.

சங்க இலக்கியமான நற்றிணைப் பாடல் ஒன்று மருதத்தின் வளம் பற்றியது. அறுவடை முடிந்தது. தாளை மடக்கி உழுது மறுபடியும் விதைக்க விதை கொண்டுசென்றார்கள். விதைத்துவிட்டுக் கூடைகளில் மீனைப் பிடித்துக்கொண்டு மீண்டார்கள் என்று பாடல். திரும்பி வரும் வழியிலிருந்த குட்டைகளில் மீன்பிடித்தார்கள் என்றுதான் இதைப் புரிந்து கொள்கிறார்கள். வயலிலேயே மீன் கிடப்பதை அன்றைய காவிரிக் காலத்தில் பார்த்திருக்கிறேன். வயலில் மீன் கிடப்பது இன்றைய பிரக்ஞைக்கு எட்டாது. இது கால இடைவெளியல்ல. தலைமுறை இடைவெளியல்ல. இன்றைய பிரக்ஞை என்ற மனப் பரப்பிலேயே ஒரு பகுதி சூனியமாகிறது. காவிரிக் காலத்துத் தலைமுறை, காவிரிக்குப் பிந்தைய காலத்துத் தலைமுறை என்று ஒரு பிரக்ஞைப் பிளவு உருவாகும். நம் பண்பாட்டினை வேற்றுப் பண்பாடுபோல் முயன்று புரிந்துகொள்ள வேண்டியிருக்கும்.

காவிரிக் கரையில் நகரங்கள் அமைந்தன என்பது பெரிதல்ல. நகர அமைப்புக்குள்ளேயே, கட்டடக் கலைக்குள்ளேயே காவிரி வந்திருந்தது. மதிலைக் கொள்ளிடம் வருடிக்கொண்டு ஓட, கரையில் கட்டுமலையாக இருக்கும் கோவிலடி ரெங்கநாதர் கோயிலைப் போல் இங்கு பல மாடக் கோயில்கள் உண்டு. பெருகி வரும் இடங்களிலும் காவிரியை விட்டு விலகாமலிருக்கும் ஒரு வாஞ்சை அவற்றுக்கு. அங்கங்கே பரந்து நிறைத்துக் கொண்டு இந்தச் சீமையைப் புனல் நாடாக்கிக்கொண்டிருந்தது காவிரி. திராவிட நகரமைப்பின் மையமான கோயில்களில் இருந்து திருமஞ்சன [illegible] அபிஷேகத்துக்குக் காவிரியிலிருந்து தண்ணீர் எடுத்து வருவார்கள்.

துலாக் காவிரி

ஆடிப்பெருக்கில் தீர்த்தவாரிக்கு எங்கள் ஊர் பெருமாள் ஆற்றுக்குச் செல்வார். காவிரி வறண்டுவிட்டதால் இப்போது அண்டாவில் தண்ணீரை வைத்துக்கொண்டு ஆற்றில் தீர்த்தவாரி நடக்கிறது. ஐப்பசியில் காவிரி துலாக் காவிரியாகும். மயிலாடுதுறையில் பெருமாளுக்கும் சிவனுக்கும் துலாக் காவிரி தீர்த்தவாரி பெரிய விழா. காவிரியில் வரத்து இல்லாமல் ஆழ்துளைக் கிணற்றுத் தண்ணீரில் ஐப்பசி கடை முழுக்கு நடந்தது. திருஇந்தளூர் பரிமள ரெங்கநாதர் ஐப்பசி மாதம் கடைசிப் பத்து

நாட்களும் காவிரிக் கரை மண்டபத்தில் பகல் முழுதும் இருந்து தீர்த்த வாரி காண்பார். எங்கள் ஊரில் ஆடி ஜ்யேஷ்டாபிஷேகத்துக்கும் ஐப்பசி மாதம் அன்றாட திருமஞ்சனத்துக்கும் காவிரியிலிருந்தே பெருமாளுக்குத் தீர்த்தம் வரும். இந்த மாதத்தில் ஸ்ரீரங்கம் பெருமாளுக்குக் காவிரியின் அம்மா மண்டபப் படித்துறையிலிருந்துதான் தீர்த்தம். மற்ற மாதங்களில் அவருக்குத் தீர்த்தம் கொள்ளிடத்திலிருந்து வரும். துலாக் காவிரி என்று ஒரு காவிரி இனி வருமா?

மாசி மகத்தன்று எல்லாக் கோயில்களிலிருந்தும் சுவாமி குளத்துக்கோ காவிரிக்கோ சென்று தீர்த்தவாரி நடக்கும். கெட்டி மேளம் கொட்டக் காளை வாகனத்தில் சுவாமி ஆற்றில் இறங்கும்போது மக்கள் காவிரி நீரை வாரிவாரி இரைத்துக்கொள்வார்கள். கங்கையைத் தலையில் மறைத்த சிவன் காவிரியைக் காட்டிக்கொண்டு நிற்பார். இப்போது காவிரியும் மறைந்ததே!

எல்லாமே கற்பனையா?

மன்னார்குடி ராஜகோபாலனுக்கு ஆண்டுத் திருவிழாவின் இரண்டாம் நாள் பின்னை மர வாகனம். கோபிகைகளின் ஆடைகளைக் கவர்ந்து கொண்டு வேணுகோபாலனாக சுவாமி பின்னை மரத்தில் இருப்பார். விழா பங்குனி மாதம் நடக்கும். அக்கரையிலிருந்து காவிரியின் கிளையான பாமனி ஆற்றில் இறங்கி சுவாமி இக்கரைக்கு ஏறுவார். அவர் ஆற்றில் இறங்கி வரும்போது, “யமுனையில் நடந்த ஜலக்கிரீடையாகவே அது தோன்றும்” என்பார் எங்கள் ஊர் பிரசன்னா பாட்டாச்சாரியார். கோயில் விழாக்களில் காளை வாகனமும் பின்னை மரமும் நிஜமல்ல. காவிரி நீர் நிஜம். காவிரியின் நிஜம் மற்றவற்றையும் அப்போது பற்றிக்கொள்ளும். இனி எல்லாமே கற்பனைதானோ?

தை மாதத்தின் நடுவிலேயே மேட்டூர் அணையை மூடினாலும் மாசியிலும் பங்குனியிலும் ஒரு ஓடையாகக் காவிரியில் தண்ணீர் ஓடும். இந்த வரத்து இல்லாததால் பல ஊர்களில் தீர்த்தவாரி நின்றுவிட்டது. அப்போதெல்லாம் மாசி மகத்தில் காவடி எடுக்க நேர்ந்துகொண்டவர்கள் ஆற்றுக்குச் சென்று காவடியைச் சோடித்து எடுத்து வருவார்கள். நீரற்ற ஆற்றின் வெறுமையில் எதைச் சோடிக்க முடியும்?

‘நௌகா சரித்திரம்’ தியாகராஜரின் இசை நாடகம். அதில் வரும் கிருஷ்ண லீலை யமுனையில் நடப்பதாகக் கற்பனை. நாடகத்தை இயற்றி யவர் காவிரிக் கரையில்தான் வாழ்ந்தார். அதற்கும் மேற்கே இருந்த வர கூர் நாராயண தீர்த்தரின் ‘கிருஷ்ண லீலா தரங்கிணி’யில் துவங்கி, மெலட் டூர் பாகவத மேளா நாடகங்கள், ஊத்துக்காடு வேங்கட கவியின் பாடல்

கள், மாயவரம் கோபாலகிருஷ்ண பாரதியின் 'நந்தனார் சரித்திரம்'வரை காவிரிக் கரையில் பிறந்தவை. மெலட்டூரும் ஊத்துக்காடும், கோபால கிருஷ்ண பாரதியின் பனங்குடியும் காவிரியிலிருந்து பிரியும் வெட்டாற்றுக் கரையில் இருப்பவை. காலத்தில் பின்னோக்கிச் சென்றால் ஒட்டக்கூத்த ரும் கம்பரும் காவிரிக் கரையில் இருந்தவர்கள்தான். கரை என்றால் ஒரு நாட்டுக்கு உருவ வழக்காகச் சொல்வதல்ல. அசல் ஆற்றங்கரை. ஒட் டக்கூத்தர் அரசலாற்றுக் கரையிலும், கம்பர் வீரசோழன் ஆற்றுக் கரை யிலும் வாழ்ந்தவர்கள். காவிரிக் கரையில் இனி கற்பனை பிறக்குமா? எத்த னையோ இடங்கள் இருந்தபோது சுவாமி விபுலானந்த அடிகள் தன் யாழ் நூல் அரங்கேற்றத்துக்கு வெட்டாற்றுக் கரையில் இருக்கும் சிற்றூரை (குட வாசல் அருகில் உள்ள திருக்களம்பூர்) தேர்ந்துகொண்டது வியப்பு.

வழக்கப்படி புதுமணத் தம்பதிகள் தங்கள் மணமாலைகளை ஆடிப் பெருக்கில் காவிரியின் புதுப் புனலில் விடுவதற்கு நீரில்லை. சங்க இலக் கியத்தின் புதுநீராடல் பின்னணியில் இந்த வழக்கத்தைப் பார்க்க வேண் டும். தை மாதத்திலிருந்து எப்போது திருமணம் நடந்திருந்தாலும் அந்த மணமாலைகளை அடுத்து வரும் ஆடிப்பெருக்கு நாளில் தம்பதியாகச் சென்று ஆற்றில் விடுவதற்காக வீட்டில் வைத்திருப்பார்கள். இந்த மாலையை மணமேடையில் அமர்வதற்கு முன் மணமகன் கழுத்தில் அணிவிப்பதும், மணம் முடிந்து தம்பதியாக வீட்டுக்கு வரும்போது அதைக் கழட்டி வைப்பதும் மாமனின் உரிமை. ஆற்றில் நீர் இல்லாவிட்டால் வேறு எந்த வடிவிலும் நிறைவேற்ற இடம் தராதவாறு காவிரி நீரோடு பிணைந்திருந்த கலாச்சார வழக்கம் இது. வடிவம் மாறியிருந்தாலும் இந்த வழக்கத்துக்கு ஆயிரம் ஆண்டுகளுக்கு மேற்பட்ட தொடர்ச்சி உண்டு.

காவிரிக் கரையின் பல கிராமங்களுக்கு நெல்லை மாவட்டக் கிரா மங்களின் பெயர் உண்டு. எனது நண்பர் ஒருவர் தன் குடும்பம் பல தலைமுறைக்கு முன்பு ஒரு பஞ்சத்தின்போது நெல்லையிலிருந்து காவிரிக் கரைக்கு வந்ததாகச் சொல்வார். வீரவநல்லூர், பூங்குளம், குறிச்சி போன்ற ஊர்ப் பெயர்கள் இரண்டு மாவட்டங்களிலும் இருக்கும். பல்லவ மன்ன னுக்கு மணப்பெண் கொடுக்க மறுத்தவர்கள் அவன் கோபத்துக்கு அஞ்சி, இரவோடு இரவாகக் காஞ்சியிலிருந்து சோழநாட்டுக்கு வந்துவிட்டதாக ஒரு கதை உண்டு. காவிரிக் கரையின் பல நகரங்களில் இராமநாதபுரத் தைச் சேர்ந்த குடும்பங்கள் இருக்கின்றன. காஞ்சியிலிருந்து, நெல்லை யிலிருந்து, இராமநாதபுரத்திலிருந்து மக்களை அப்போது காவிரிக் கரை ஈர்த்துக்கொண்டது. இங்கிருப்பவர்களோ இன்று திருப்பூருக்கும் கோவைக் கும் சென்றால்தான் பிழைக்கலாம். காவிரிக் கரையிலிருந்து இன்று நடக் கும் இடப்பெயர்வு தொழிலுக்கு அல்ல, உத்தியோகத்துக்கு அல்ல, பிழைப்புக்கு.

காவிரியில் நீர்வரத்துக் குறைந்ததால் இங்கு இயற்கைச் சூழலின் வலைப்பின்னல் குலைந்துபோன கோலமாயிற்று. குளம், குட்டைகளில் ஏற்றிவைத்த விளக்காகப் பூக்கும் அல்லி, தாமரை, நீலோத்பலத்தைக் காணவில்லை. சேறே இல்லாதபோது சேற்றில் நடக்கும் உம்பளச்சேரி வகை மாடும் இல்லை என்றானது.

வண்டலை விட்டுவிட்டோமே!

அப்போது காவிரியில் வந்தது நீர் மட்டுமல்ல. வளத்தைக் கொடுக்கும் வண்டலும் வந்தது. உச்ச நீதிமன்றம் வழங்கும் நீர் வந்தாலும் வண்டல் வராது. வழியில் வண்டலைத் தடுத்துக்கொள்ளும் அத்தனை அணைகள், தடுப்பணைகள். யாரும் இதைக் கணக்கில் கொள்வதில்லை. டெல்டாவை உருவாக்கியது இந்த வண்டல். இங்கு ஓடும் முப்பத்தாறு நதிகளில் பதினெட்டுதான் கடலை அடையும். மற்றவை வண்டலின் விசிறிப் பரப்பில் சுவர்ந்துவிடும். இருபத்தாறாயிரம் கிலோமீட்டர் நீளமுள்ள வாய்க்கால்கள் வண்டலைக் கடத்திக்கடத்திக் காவிரிக் கரையை உயிர்ப்போடு வைத்திருந்தன. வண்டல் படிவதால் படுகை உருவாகும், குறைந்து காணாமலும் போகும். படுகையை இடித்தும் சேர்த்தும் இடம் வலமாகப் புரண்டு காவிரி தன் போக்கை மாற்றிக்கொள்ளும். ஆறு புரண்டு விடுவதால் ஒரே கிராமம் ஆற்றுக்கு இக்கரையிலும் அக்கரையிலுமாக இருப்பதுண்டு. இந்த வண்டல் காவிரிக் கரைக்கு வாலிபத்தின் வனப்பைக் கொடுத்தது. நீருக்கு மேல் வண்டலை வைத்துக்கொண்டால் நம் உரிமையைச் சரியாக வடிவமைக்கிறோம். ஆனால், நாம் நீரை மட்டும்தானே கேட்கிறோம்!

பாசன அமைப்பை அந்தந்தக் கிராமமே பராமரிக்கும் அக்கறையும் இப்போது மறைந்துவிட்டது. வரத்துக் குறைந்து முறைப் பாசனம் வந்தது. இதனால் ஒவ்வொரு கிராமத்திலும் கடைமடைப் பகுதி ஒன்று உருவாகி அது இளைத்துக்கொண்டிருக்கிறது. ஆண்டுக்கு மூன்று புயலை அனாயாசமாக ஒதுக்கிவிட்டு வாழ்ந்தவர்கள் இன்று அன்றாடப் பதட்டத்துக்குப் பழகுகிறார்களே!

மன வரைவு

நீரின் அளவு குறைந்தது என்பதைவிட உச்ச நீதிமன்றத்தின் தீர்ப்பில் நாம் அதிகம் அஞ்ச வேண்டியது இரண்டு உண்டு. ஒரு பெருநகரின் குடிநீர்த் தேவை நதிநீர்ப் பங்கீட்டுக்கு அடிப்படையானது ஒன்று. இங்கு நாம் எதிர்பாராத வகையில் ஒரு நியாயவியல் கோட்பாடு உருவாகி

அழுத்தமாகியுள்ளது. அந்த நகரின் தேவை அதிகரிக்கும்போதும் இதே கோட்பாடு பின்பற்றப்படுமானால், விளைவு என்ன என்பதை நாம் ஊகிக்கலாம். இரண்டாவது, மனித நாகரிகம் பற்றியது. ஒரு நீராதாரத்துக்குப் பெருநகரின் குடிநீர்த் தேவையும் விவசாயத் தேவையும் போட்டி. மனித நாகரிகத்தின் வளர்ச்சி பெருநகரங்களைப் பெருக்கும். இதை நிறுத்தித் திருப்ப முடியாது. நாகரிக வளர்ச்சி என்பது விவசாயத்துக்குப் பகைதானா?

விவசாய வளர்ச்சி என்றால் ஒரு போகத்தை இரண்டு போகமாக்குவது, அதை மூன்றாக்குவது, ஆண்டுக்கு ஆண்டு உற்பத்தி அதிகமாவது என்று வளர்ச்சி பற்றிய நமது மனவரைவு ஒரு உட்பகை. வருமானம் பெருக வேண்டும். ஆனால், விவசாயம் ஆதாயத்துக்காகத்தானா? கரை பொழிய காவிரி வந்தபோது ஆதாயம்பற்றி அதிகம் பேசியதில்லை. லாப, நட்டச் சிந்தனையைச் சுற்றியே விவசாயத்தை வலம்வரச் செய்ததே காவிரியின் வறட்சி!

கருமேகமாய் மேலெழுந்து கடல் பொழிந்த சிற்றாறு இருகரையும் காணாத பேராறு, பழையாறு இவற்றோடு இங்கு வந்த கானாறு எல்லாம் நீராறு—ஆறாக வந்தாலும் கங்கை நீரல்ல, காவிரியும் வெறும் நீரல்ல! ●

— O —

2

உங்கள் வீட்டுப் பொங்கல் வெண்கலப் பானையிலா?

பருவச் சுழற்சியோடு மிகவும் நெருக்கமானதுதான் பொங்கல். ஆனாலும், அறுவடைப் பருவ ஆதாய மகிழ்ச்சியாக இதைச் சுருக்கிவிடக் கூடாது. தை மாத விளைச்சலைக் கண்ட மகிழ்ச்சியில் பொங்கல் என்ற கொண்டாட்டம் பிறக்கிறது என்றால், தமிழ்நாட்டின் உளவியலைச் சுளுவாகப் புரிந்துகொண்டதாகும். பூமியைப் புரிந்துகொண்ட வகையை நம் பண்பாடு பொங்கல் விழா என்ற வாக்கியமாக எழுதியுள்ளது. அந்த வாக்கியம் பூமியை நாம் எப்படி அர்த்தப்படுத்திக்கொண்டோம் என்று சொல்லும். பாத்திரங்களின் பெயர் மாறினாலும் கதை அதுவேதான் என்பதைப் போல் அந்த வாக்கியத்தின் இலக்கணம் மாறாது. உங்கள் வீட்டுப் பொங்கல் வெண்கலத்திலா, மண்கலத்திலா, விறகு அடுப்பா, வேறு அடுப்பா என்று மேற்பரப்பு விசாரணைதான் செய்யலாம். இந்த மேற்பரப்பு வேறுபாடுகளும் சுவாரசியமானவை.

'நெடுநல்வாடை' ஒரு சங்க இலக்கியப் பாடல். 'பொங்கல் வெண் மழை' என்று அதில் ஒரு தொடர். அதற்குப் பொருள், 'வெண்மேகங்கள்'. மழைக்காலக் கருமேகங்கள் பயணித்துக் கழிந்த பாதையிலேயே வான் நிறைந்து பொங்கும் நுரையாக இவற்றை மார்கழியில் பார்க்கலாம். நேர் வடக்கிலிருந்து வீசும் பனிக்காற்றைக் காவிரிப் படுகையில் நெடுவாடை என்பார்கள். 'நெடு' என்ற சொல் இன்றளவும் 'நேர்' என்ற பொருளில் புழங்குகிறது. அதற்கு முன்பு வடகிழக்கிலிருந்து வீசும் மழைக்காலக் காற்று குணவடை. காவிரிப் படுகைப் பேச்சு வழக்கில் இதைக் குண்ணவடை என்பார்கள். குணதிசை என்றால் கிழக்கு. அநேகமாகக் குணவாடையாக இருந்திருக்கலாம். குணவடை நின்று, நெடுவாடை வீசத் துவங்கினால் அதுவரை பெய்த வடகிழக்குப் பருவ மழையும் சன்னமாக நின்றுவிடும். அக்காலத்தில் அது போர் துவங்குவதற்கு ஏற்ற காலம். தன்னைப் பிரிந்து சென்ற தலைவன் வரவுக்காகக் காத்திருக்கும் தலைவியின் தவிப்பு பற்றி

யது நெடுநல்வாடை. அவளுக்கு ஆறுதல் கூறும் தோழி தலைவனுக்குப் போரில் வெற்றியை வேண்டுகிறாள். விழுப்புண் ஏந்திய வீரர்களோடு பாசறையில் இருக்கும் தலைவனையும் பாடல் காட்டுகிறது.

மழைக்காலம் கழியட்டும் என்று மலைக் குகையில் காத்திருக்கிறான் ராமன். மழைக்காலம் சென்றது. மன்னர்கள் போர் துவங்கும் அதற்கு அடுத்த பருவமும் வந்தது. ஆனால், சுக்ரீவன் தான் சொன்ன சொல்லை மறந்து சீதையைத் தேடும் முயற்சியை இன்னும் துவக்காமலிருக்கிறான் என்று லட்சுமணனுக்கு ஆத்திரம். இது வால்மீகி இராமாயணம். நெடுவாடை துவங்கிவிட்டது. சங்கப் பாடலின் தலைவன் இனி போர் முடித்து வெற்றியோடு விரைவில் திரும்புவான். சங்கப் பாடலின் தலைவனுக்கும் தலைவிக்கும் நெடுவாடை எப்படி நல்வாடையும் ஆயிற்று என்ற இலக்கிய மரபு உங்களுக்கு இப்போது விளங்கும். நெடுவாடை என்ற பருவக் காற்றிலிருந்து நகர்ந்துவிட்ட பொங்கல் இப்போது இன அடையாளத்தில் மையம் கொண்டுள்ளது. கலாச்சார வழக்கங்கள் காலம் செல்லச் செல்ல மறு வரைவு பெற்று, மறு உருவெடுக்கும்.

பொங்கலும் புது அரிசியும்

மழை இருட்டிலிருந்து வெளிவாங்கிய வானத்தின் கீழ் வந்ததுபோல் அப்போது புது வெளிச்சத்தைப் பூமி அள்ளிப் பூசிக்கொள்ளும். பூக்கக் காத்திருந்த பீர்க்கம்பூ, பச்சையில் பதித்த பளீர் மஞ்சளாகப் பூக்கும். கடைத்தெரு நிரக்கச் செங்கரும்பும் வாழையும் இஞ்சியும் மஞ்சளுமாக வந்து குவியும். விலை பார்க்காமல் விவசாயிகள் வாங்கிச்செல்வது மாட்டுக்குக் கட்டும் நெட்டி மாலை. சப்பாத்திப்பழச் சிவப்பு, வெளிர் மஞ்சள், மரகதப் பச்சை, அடர் நீலம் என்று நெட்டியைக் காசுகாசாகச் சீவி வாழை நாரில் மாட்டுக்கான மாலை கட்டியிருக்கும். தும்பும் தலைக் கயிறும் கொம்புக் கயிறும் கழுத்துக் கயிறும் வண்ண நூல் கயிறுகளாக வந்தன. மாட்டின் மேல் பிறந்த பாசத்தில் அதற்கு மணியும், வாரில் கோத்த சலங்கையும் வாங்கும் விவசாயிகள், வாட்டி நிமிர்த்திய நேர்த்தியான சாட்டைக் கம்பும் சேர்த்தே வாங்குவார்கள். மாடுகளின் கொம்புக்குப் பிரியமாகப் பூசிய வண்ணங்கள் பின்னாளின் அரசியல் விஸ்தாரத்தில் கட்சிச் சாயங்களாயின.

கிடைக்கும் இடங்களில் வண்டி கட்டிச் சென்று மண்பானை வாங்கிய காலமும் இருந்தது. ஊர் ஆசாரி, ஊர்க் கொல்லர் என்பதுபோல் அந்தந்த ஊரில் குயவர்கள் இருப்பதில்லையா என்று கேட்கத் தோன்றலாம். புதுப் பானையில் பொங்குவது அன்றைய வழக்கம். அடுத்தடுத்த பொங்கலுக்

கும் ஆகுமென்று பித்தளை அல்லது வெண்கலப் பானைகள் பிறகு வந்தன. பழைய பானையாக இருந்தாலும் பரவாயில்லை என்று உலோகப் பானையோடு மரபு சமரசம் செய்துகொண்டது. பிறந்த வீட்டுத் தலை வரிசையில் இப்போது வெண்கலப் பானைகளும் சேர்த்தி. நமக்கு எவ்வளவுதான் பழமைப் பித்து இருந்தாலும் கட்டிக்கொடுத்த பெண்ணுக்கு மண்கலங்களைப் பொங்கல் வரிசையாகக் கொண்டுபோக இப்போது மனம் வருமா? இவற்றில் எல்லாம் வர்க்கக் கவுரவம் வந்து ஒட்டிக்கொள்ளாத காலத்து வழக்கம் வேறு. இப்போது சொன்னால் நம்ப மாட்டார்கள். புது வீடு கட்டிக் குடிபோகும் பெண்ணுக்கு அடுக்குப் பானைக்கு ஆகுமென்று வண்டி நிறைய மண்பானைகள் வாங்கித் தருவார்கள் பிறந்த வீட்டார். மணமான பெண்ணுக்கும் பொங்கல் பானைக்காக மண்பானை வாங்குவார்கள். இயலாதவர்கள்தான் இப்படிச் செய்திருப்பார்கள் என்று நினைக்கக் கூடாது. நிறைய சொத்துப் படைத்திருந்தவர்களின் வழக்கமும் இதுதான்.

மகத்துவம் போகாத மண்பானை

ஆனால், கலாச்சார வழக்கங்களின் எல்லாக் கூறுகளிலும் பொதுமையைப் பார்க்க முடியாது. காவிரி ஆற்றின் கரைமேல் உள்ள ஊர்களான திருவையாறு, கும்பகோணம், மயிலாடுதுறை பகுதியில் மண்பானைகள் இவ்வளவு புழக்கத்தில் இல்லை. இருந்த இடங்களில் இவ்வளவு பெரியவையாகவும் இல்லை. வெண்ணாற்றுப் பாசனப் பகுதி, புது நஞ்சையான ஒரத்தநாடு, பட்டுக்கோட்டை பகுதிகளில் மண்பானையில்தான் பொங்கல். ‘அது தங்கத்தால் ஆனதாகவே இருக்கட்டுமே! பொங்கலும் புதிருமாக எப்படிப் பழைய பானையில் பொங்கல் வைப்பது?’ என்று பெண்கள் இங்கெல்லாம் மண்பானை கேட்டுப் பிடிவாதம் பிடிப்பார்கள். ஆண்டுக்குஆண்டு புது வெண்கலப் பானைதான் வாங்க முடியுமா? காவிரிப் படுகையின் மக்கள் எந்தப் பகுதியில் முதலில் மண்பானைகளைக் கைவிட்டார்களோ அங்கேதான் மண்பானைக்கு ‘நவபாண்டம்’ என்று மதிப்புக்கூட்டிய வடமொழிப் பெயர் புழக்கத்தில் இருந்தது. உலோகப் பானைக்கு மாறியது இந்தப் பகுதிக்கு ஒரு தத்துவச் சிரமத்தைச் சமாளித்துச் செய்துகொண்ட சமரசமாக இருந்திருக்கும். சூளையில் சுட்டு வந்த மண்பாண்டம், கன்றுக்குட்டியின் வாய், பெண்களின் உதடு—இவற்றுக்கு ‘எச்சில்’ என்ற தோஷமில்லை என்று சொல்லக் கேட்டிருக்கிறேன். எப்படியோ சில நம்பிக்கைகள் தங்களுக்கு ஒருவகையான இலக்கணத்தையும் கற்பித்துவைத்திருந்தன. சென்ற ஆண்டு பொங்கல் வைத்து

எச்சிலான உலோகப் பானையில் இந்த ஆண்டும் பொங்கலிட இங்கே என்ன தத்துவச் சமாதானம் கண்டார்கள் என்று தெரியவில்லை.

'குடும்பம் பெரியது' என்று பெருமையாகச் சொல்லிக்கொண்டே ஒவ் வொன்றும் ஆறு படி, எட்டுப் படி பொங்கும் பானையாக இரண்டு வாங்குவார்கள். அணுவுக்கும் அணுவான இன்றைய குடும்பங்களுக்கு இரண்டு கரண்டி பொங்கும் கரண்டகப் பானைகளே போதும். பொங்கல் பானை அளவை வைத்தே சமூகத்தில் வந்த மாற்றங்களை நீங்கள் ஊகித்து விடலாம். அஞ்சல் துறைக்குப் பொங்கலில் வேலை கூடிவிடும். பணமாக வரும் பிறந்தவீட்டு வரிசையைத் தபால்காரர் பெண்களுக்குச் சேர்ப்பிக்க வேண்டுமே! பொங்கலுக்குப் புது நெல்லின் வரவு, புது அரிசி என்பது எல்லாக் காலத்துக்கும் பொருந்தாது. எட்டாம் நம்பர் என்ற வெள்ளைச் சம்பா இருந்த காலத்தில் மட்டும் மார்கழியில் அறுவடை நடந்து சிலருக் குப் புது அரிசி கிடைத்தது. காவிரிப் படுகையில் பொங்கல் கழித்துதான் சம்பா அறுவடையும் புது நெல்லும். பொங்கல் பானையில் அறுவடை யான புது அரிசியை இட முடிவதில்லை. அப்படிச் செய்கிறோம் என்று சொல்வது கொண்டாட்டத்தை நம் பகுத்தறிவுக்கு இசைவித்துக்கொள் ளும் மானுடவியல் வழி.

சந்திரனுக்கும் வழிபாடு

வீட்டுக்கு முன்பு கோடு வெட்டியோ, மேடை கட்டி அதில் அடுப்பை வைத்தோ அவரவர் வழக்கப்படி பொங்கலிடுவார்கள். மூன்று, நான்கு செங்கற்களை மண் சாந்து கொண்டு கட்டாயமாகக் கட்டி, மெழுகிக் கோலமிட்டும் அடுப்புக் கட்டலாம். குயவர்கள் வீட்டில் மூன்று பழங் கலப் பானைகளைக் கவிழ்த்தும் அடுப்பாக்கிக்கொள்வார்கள். பழங் கலம் என்றால் சூளையில் சேதமான பானைகள். அக்கிரகாரங்களில் எப் போதும் புழங்கும் அடுக்களை அடுப்பிலதான பொங்கல். வீட்டு முற்றத் தில் தேர்க்கோலம் போட்டிருக்கும். செங்காவி கொண்டு அதற்கு ஓரம் தீட்டி, தேருக்குள் சூரியனும் சந்திரனும் சித்திரக்கோலமாக வரைந்திருக் கும். அடுக்களையில் பொங்கலிட்ட பானைகள் முற்றத்துக்கு வந்துவிடும். வெற்றிலைபாக்கு, பழம், கரும்போடு சூரியனுக்குப் படையலிடுவார்கள். பச்சரிசியும் வெல்லமும் ஒரு கிண்ணத்திலிருக்கும். வேதம் வல்லவர்களைக் கொண்டு சூரியனுக்கு ஓதுவதுண்டு. பொங்கலோடு அன்றைக்குச் சித்தி ரான்னமும் செய்வார்கள்.

பசுங்காய் நெல், பச்சரிசி, கருப்புக்கட்டி, கரும்பு, அவல் எல்லாம் மறையவர் மந்திரம் சொல்லத் தருவேன் என்று மாறனுக்கு நேர்ந்துகொள்

வதாக ஆண்டாளின் 'நாச்சியார் திருமொழி'. தைத் திங்களில் துவங்கிய மாறன் ஆராதனை, பங்குனிவரை நீண்டு, அதற்கு அடுத்து வரும் வசந் தத்தை அழைப்பதாகச் செல்கிறது ஆண்டாள் பாடல். பசுங்காய், பிறகு அதுவே நெல், அதிலிருந்தே அடுத்து வரும் அரிசியும் அவலும் கரும்பும் அதற்கடுத்து கரும்புக்கட்டி—இப்படி அததுவும் வளரும் கட்டங்களில் எல்லாம் அப்போதைக்கப்போதே தவறாது படைப்பாளாம் ஆண்டாள். தைத் திங்களுக்கு முன்பு வரும் மார்கழி முழுவதும் பாவை நோன்பு தானே! பசுங்காய் நெல்லைப் பாளை என்போம். இப்போதும் திரு விழாக்களில் சாமிக்கு முன்பாகத் தென்னம் பாளையை வகிர்ந்து வைப்பது வழக்கம்.

எரிச்சகுழம்பு

சூரியனுக்கான படையல் பொங்கல் மட்டுமல்ல. சேம்பை, சேனை, பிடிகருணை, பெருவள்ளி, சர்க்கரைவள்ளி, மொச்சை, காராமணி, பறங்கி, அவரை, வாழை என்று அந்தப் பருவத்தின் விளைச்சலைப் பயத் தம்பருப்போடும், பொரிமாவுப் பொடியோடும் சேர்த்துச் சமைக்கும் எரிச்சகுழம்பு பொங்கலன்று ஒரு விசேடம். இதைத் தாளிப்பதில்லை. மனதுக்குள் ஏதோ ஒரு முரணை ரசித்துக்கொண்டவராகக் குடவாசல்-கருப்பூரில் ஒரு பெண்மணி, ''இரண்டு மூன்று நாள் இதை வைத்துக் கொள்வோம்'' என்று சிரித்துக்கொண்டே கூறினார். செட்டிநாட்டில் இதுவே பலகாய்க் குழம்பு. பிற இடங்களில் கூட்டுக்கறி. முற்றத்தில் பொங்கல் கூறி அடுப்புக்கு முன் மூன்று, ஐந்து, ஏழு என்ற எண்ணிக் கையில் படையலிடுவதும் ஒரு வழக்கம். படையலைத் தலைவாழை இலையில் முறத்தில் வைத்துத் தம்பதிகளாக முற்றத்திலிருந்து அதைக் கொண்டுபோய் வழக்கமாக வீட்டில் கும்பிடும் சாமிக்கு முன் வைப்பார் கள். கோலம் இழைத்த முற்றத்தில் பச்சரிசித் தவிட்டைப் பரப்பி அதன்மேல் அடுப்புகளை மேற்குப் பார்த்து வைத்து, பொங்கலிடும் பெண்கள் கிழக்கு முகமாக நின்றுகொள்வார்கள். பானைகளில் அரிசி களைந்த நீரும் பாலும் ஊற்றி அது பொங்கி வழியும்போது எல் லோரும் சேர்ந்து 'பொங்கலோ பொங்கல்' என்று ஓசை நயத்தோடு உரத்துக் கூறுவார்கள். தட்டு, தாம்பாளங்களைத் தட்டும் ஓசையும் சேர்ந்து மகிழ்ச்சியின் கரைகொள்ளா ஆரவாரமாகத் திரண்டுகொள்ளும். களைந்து வைத்த அரிசியைப் பொங்கிவரும் நுரை அடங்க அப்போது தான் பானையில் இடுவார்கள். இங்கு ஒன்றைக் கவனிக்க வேண்டும். 'பொங்கலோ பொங்கல்' என்று பொங்கல் கூறும்போது வெந்த சாதம்

பொங்கிவரப் பானையில் அரிசி போட்டிருக்க மாட்டோம். பானையில் பொங்கி வருவது பாலும், அரிசி களைந்த கழனியும்தான்.

பட்டி பெருக வேண்டும்

பொங்கலிடும்போது முறத்தில் நெல்லையோ, பச்சரிசியையோ பரப்பி, அதன்மேல் இரண்டு கைவிளக்குகளை நெய்விளக்காக ஏற்றி வைப்பது சிலர் வழக்கம். நிறை விளக்காகவும் வைத்துக்கொள்வதுண்டு. நிறை விளக்கு என்றால் எண்ணெய் ஊற்றியிருக்கும், ஆனால், ஏற்றியிருக் காது. ஒன்று ஆண் விளக்கு, மற்றது பெண். நன்னிலம்—கண்டிரமாணிக் கத்தில் மூன்று விளக்குகள் வைப்பதாகச் சொன்னார்கள். திரியை உடைத்து நூலாக்கி மையத்தில் முடிந்து ஒரு பாதியை ஜடையாகப் பின்னி மறு பாதியைத் திரித்துக்கொள்வார்கள். விளக்குக் கண்போல இருபக்கமும் மையால் பொட்டு வைத்திருக்கும். முறத்துக்கு அருகே ஒரு அம்மிக் குழவி. மாட்டுக்குப் பொங்கல்கூறி, கோயிலுக்குச் சென்று தேங்காய் உடைத்துத் திரும்பிய பின் முறத்தையும் குழவியையும் நீர் நிறைந்த செம்பு ஒன்றையும் வானத்துக்குக் காட்டுவது போல் தூக்கி இறக்கிய படியே ''பட்டி பெருக வேண்டும், பால்பானை பொங்க வேண்டும்'' என்று பாடுவார்கள். ''தெரிந்தவரை சொல்கிறேன்'' என்று குடவாசல்-கருப்பூரில் இந்த வரியை மட்டும் எனக்கு இன்னொரு பெண்மணி கூறினார்.

திருவாரூருக்கு அருகே, கிழக்கில் கன்னடியர்களும், மேற்கே சௌராஷ்டிரர்களும் என்று பல நூறு குடும்பங்கள் உண்டு. பெரும் பான்மையினரின் பண்பாட்டோடு ஒரு இசைவாக மட்டுமே அல்லா மல் தங்கள் வழக்கமாகவே இவர்களும் பொங்கல் கொண்டாடுவார்கள். குடும்ப வழக்கப்படி சௌராஷ்டிரர்கள் இரண்டு, மூன்று, ஐந்து பானை களில் பொங்கல் வைப்பதுண்டு. இரண்டுக்கு மேலிருந்தால் ஒன்று பருப் புப் பொங்கலாக இருக்கும். முற்றத்தில் சூரியனுக்குக் கற்பூரம் காட்டி அதைக் கொண்டு பொங்கல் அடுப்பைப் பற்றவைப்பர்கள். மாட்டுப் பொங்கலன்று கும்பக் கலயம் போன்ற வாய் குறுகலான பானையில் தான் பொங்கல். இஞ்சியும் மஞ்சளும் பூஜையில் இருந்தாலும் அவற்றைப் பானைகளுக்குக் கட்டுவதில்லை. அரைத்த பசுமஞ்சளால் பானைகளுக் குப் பொட்டுவைப்பது வழக்கம். பொங்கிவரும்போது அங்கேயும் ''பொங் கலோ பொங்கல்'' என்ற ஆரவாரம்தான்.

தணலில் போட்ட மிளகாயும் உப்பும் வெடித்து நெடி எழுப்ப மாட் டுப் பொங்கலன்று மாட்டுக்கும் மனிதருக்கும் திருஷ்டிகழித்து முச்சந்தி யில் கொட்டுவதுண்டு. வீட்டுத் தெருவாசல், கொல்லை வாசல் படிகளின்

இரு பக்கமும் காப்புக்காக அடிக்கும் வேப்பங்குச்சிகளோடு சில கிரா மங்களில் அழிஞ்சி மரத்தின் குச்சிகளையும் அடித்துவைப்பதுண்டு. மாந் திரீகத்தில் பயன்படுத்தும் மரம் அழிஞ்சி. அன்றைக்குப் போடும் கள்ளி வட்டத்தில் மூன்று கிளையாக விரியும் கள்ளித்துண்டு நடுவதும் வழக்கம். மாட்டுக்குப் பொங்கல் கூறிய பின் கள்ளியை ஒடித்து, நல்லெண்ணெய் தடவிய ஒரு சிட்டிக் கலயத்தின் வாயில் அதன் பாலைத் தடவி, மாடு களின் தட்டில் ஒத்தி எடுப்பார்கள். சில நாட்களில் மாடுகளுக்கு வட்ட மாக அங்கே பட்டை உரியும். சிறுமிகள் ஆற்றங்கரைக்குச் சென்று கும்மியடித்து, கோலாட்டம் ஆடும் கன்னிப் பொங்கல் வழக்கம் நின்று போனவற்றுள் ஒன்று.

வரவேற்பறைக் கலாச்சாரம்

மஞ்சு விரட்டு, ஜல்லிக்கட்டு என்று அழைக்கப்படும் மாடு விரட்டு விளையாட்டைக் காவிரிக் கரையின் கிழக்குப் பகுதியான கீழத்தஞ்சை யில் நான் பார்த்ததில்லை. இத்தனைக்கும் காவிரிக் கரையின் உம்பளச் சேரி இன மாடுகள் மிகவும் சூட்டிப்பானவை. ஜல்லிக்கட்டு விளை யாட்டுக்கு மிகவும் பொருத்தமானவை என்றும் சொல்லலாம். நெற்றிப் பொட்டு, வெடுவாலோடு பார்க்க அழகாகவும் இருக்கும். காளைக்கு உரிய அடையாளங்களோடு பசு கன்று ஈன்றுவிட்டால், கன்று தரையில் விழுந்தவுடன் முதுகில் துணியைப் போட்டுக் கொண்டையை வாயால் கவ்வி எழுப்பிவிடுவார்கள். வளர்ந்த பிறகு கொண்டைத் திரட்சியாக வர வேண்டும் என்பதற்காகச் செய்வது. ஆனால், விவசாயிகள் யாரும் காளைகளை வளர்ப்பதில்லை. கன்னிப் பொங்கலில் சில இடங்களில் ரேக்ளா பந்தயம் என்ற மாட்டுவண்டிப் பந்தயம் மட்டும் நடந்திருக்கிறது.

மூன்று நாள் பண்டிகை நகரங்களில் முதல் நாளான பெரும்பொங்க லாக மட்டும் இப்போது நிலைத்துள்ளது. ஆடியில் அம்மன் கோயில்க ளில் பொங்கல் உண்டு. சித்திரை மாதப் பௌர்ணமியில் பொங்கல் வைப்பது சில பகுதிகளின் வழக்கம். தஞ்சையில் இது எல்லா வீடுகளிலும் உண்டு. ஒரு வேண்டுதலாகவும் அவரவர்கள் எப்போது வேண்டுமானா லும் பொங்கல் வைப்பதையும் பார்த்திருக்கிறேன். தை மாதப் பொங்கலை மட்டும் தைப் பொங்கல் என்று, அது தனித்துத் தெரியும்படி பேசுவார்கள்.

இறந்தவர்களுக்காக ஒரு ஆண்டு முழுதும் துக்கம் கொண்டாடுவது வழக்கம். வாசல் தெளிப்பார்களே தவிர அன்றாடம் காலை, மாலை வேளைகளில் போடும் கோலம் போட மாட்டார்கள். வேறு ஊர்களில் இருக்கும் பங்காளிகள் இறந்திருந்தாலும் இப்படித்தான். பெரும்பாலான

வீடுகளில் ஒரு மாதம்வரை வாசல் கோலத்தைத் தவிர்ப்பார்கள். ஆனால், இந்த வீடுகள் எல்லாவற்றிலும் அந்த ஆண்டு தீபாவளியோ பொங்கலோ இருக்காது. இறந்தவர்களுக்கென்று தீபாவளி, பொங்கலுக்கு ஒன்றிரண்டு நாட்களுக்கு முன்பு அவரவர் வீட்டில் ஒரு படையல் மட்டும் போடுவது வழக்கம்.

தெய்வத்துக்கோ, மதத்துக்கோ தொடர்பில்லாத விழாவாகப் பொங்கலைக் காணும் நவீனத்துவச் சிந்தனை வந்த பிறகு கல்லூரிகளிலும் கலாச்சார விழாக்களிலும் பொங்கல் கொண்டாடுகிறோம். குடும்பம், ஊர், மாதம், நாள், நேரம் போன்றவற்றிலிருந்து விடுபட்டு ஒரு மேடை விழாவாக இது நடக்கும். இன்றைய மாற்றங்கள் அழித்தும் அழியாத பொங்கலின் தொன்மச் சாயல்தான் மேலை நாட்டாருக்கும் இதில் வந்த ஈர்ப்பு. பல பண்பாட்டுக் கூறுகள் வரவேற்பு அறையை அலங்கரிக்கும் தொன்மக் கலைகளை ஒத்த நிலைக்கு வந்துவிட்டன. தூரத்துப் பண்பாட்டைச் சேர்ந்தவர்கள் பொங்கலைக் காணும்போது அவர்களுக்கு என்ன கிளர்ச்சி வருமோ, இனி அதுவேதான் நமது மகிழ்ச்சியின் தன்மையாகிவிடுமோ! ●

— 0 —

3

காவிரிக் கரை வெற்றிலைக் கலாச்சாரம்

மென்று துப்புவதுதானே வெற்றிலை என்ற இளக்காரம் காவிரிக் கரை யில் செல்லாது. 'தாமரை பூத்த தடாகமடி...' என்று தண்டபாணி தேசி கர் எங்கள் பல்கலைக்கழகத்தின் மண்டபம் ததும்பப் பாடுவார். பட்டு ஜிப்பா. கட்டுக் குடுமி. வைரக் கடுக்கன். குங்குமப் பொட்டு. இத்தனை யும் நினைவுக்கு வந்தாலும் மனத்திரையில் அவர் தெரிய மாட்டார். வெற்றிலையால் சிவந்த வாயை நினைத்த கணமே அவர் உருவம் பாடிய படியே பளிச்சென்று நினைவில் நுழைந்துவிடும். ஒருவர் தோற்றமானா லும், திருமணம், கச்சேரி என்றாலும் வெற்றிலையை விட்டுவிட்டால் இங்கு எதுவும் தன் முழுமையை எட்டாது.

தின்னும் வெற்றிலை

தன்னை நீத்துக் கண்ணனைத் தேடும் பெண்ணுக்கு இரங்கி அவள் தாய் புலம்புவதாக நம்மாழ்வார் பாசுரம் ஒன்று. உண்ணும் சோறு, பருகும் நீர், தின்னும் வெற்றிலை எல்லாமே கண்ணன் என்று தன் நீண்ட கண்கள் நீர் பனிக்க அவன் ஊரைத் தேடி அந்தப் பெண் ஓடுவதாகப் பாடல். சோறோடும் நீரோடும் வெற்றிலையை ஒக்கவைத்துப் பேசுவதைக் கவனிக்க வேண்டும்.

"வெற்றிலை போடுங்கள்" என்று வீட்டுக்கு வந்தவரிடம் வெற்றிலைப் பெட்டியை வைத்து, செம்புத் தண்ணீரும் வைப்பார்கள். வந்தவுடன், போகும்போது என்று இரண்டு தரமாவது அவர் வெற்றிலை போடுவார். சுருங்கச் சொல்லி விளங்கப் பேசுவதை அவரிடம் கற்றுக்கொள்ளலாம். வெற்றிலை எச்சிலைத் துப்ப மனமில்லாமல், "ம்" என்பதற்கு மேல் இவர் ஒன்றும் சொல்லியிருக்க மாட்டார். சளைக்காத எதிராளியும் சொற்க ளில் தேர்ந்தவையாக ஐந்து, ஆறு வார்த்தை பேசியிருப்பார். ஆனால், பெரிய பேரம் படிந்திருக்கலாம், பெண் திகைந்திருக்கலாம், ஒரு பஞ் சாயத்தே முடிந்திருக்கலாம். வெற்றிலை அசைபோடும் தஞ்சாவூர்க் காரரை உற்றுப்பாருங்கள். அப்போதுதான் அவர் மனம் திரண்டு வந்து

உடம்பைச் சுகித்துக்கொண்டிருப்பது தெரியும். அமர்த்தலாகக் காட்டிக்கொள்ளாத அமர்த்தலோடு இந்த உலகத்தை அறியாப் பிள்ளைகளின் ஆரவாரமாகப் பார்த்துக்கொண்டிருப்பார். நாக்கு ருசியாகவே உடம்பைக் கொச்சைப்படுத்திக்கொண்ட நம் தலைமுறை வெற்றிலைச் சுவையின் நளினங்களை அறியாது.

பிளவு தாம்பூலமானது

பழைய மனிதர்கள் தாம்பூலத்தை 'பிளவு' என்பார்கள். ''போகிற வாய்க்குப் பிளவு கிடைக்காமல் போகணும்'' என்று சபிப்பது உண்டு. வெற்றிலைபாக்கைக் கையாலேயே கசக்கி இறந்தவரின் வாயில் வைத்துப் பாடையைத் தூக்குவது வழக்கம். 'பிளவு' மெல்ல மறைந்து 'தாம்பூலம்' பெருவழக்கானது, ஒன்றின் மேல் ஒன்றாக விழுந்த கலாச்சாரப் படிமங்களுக்கு மொழியில் தெரியும் அடையாளம். கற்காலத்திலிருந்து, நவீன காலம்வரையிலான வெற்றிலைபாக்கின் காலவாரி அடையாளங்கள் உண்டு. கல்லால் ஆன பாக்கு உரல், உலக்கை, இரும்பால் ஆனவை, பிறகு எவர்சில்வரில் பிஸ்டன்போல மடியில் வைப்பதெல்லாம் இருந்தன. அதக்கி விழுங்கவும் 'விடயம்' என்ற ஒரு பீடா வகை கும்பகோணத்தில் இருந்தது.

தெருவுக்கு வரும் கொடிக்கால் ராவுத்தரிடம் அன்றைக்கு அன்றையே வாங்கி ரசம் சுண்டாத வெற்றிலையாகப் போட முடிந்தது. படிக்கத் தெரிந்த காலத்திலிருந்து எனக்கு ஒரு வரலாற்றுச் சிக்கல். கங்கைக் கரையிலிருந்து வெற்றிலைக் கொடியைக் கொண்டுவந்த ஒருவர் அதன் பெருமைகளைச் சோழ மன்னனிடம் சொல்ல, வெற்றிலை காவிரிக் கரையில் பரவியது என்று ஒரு கதை. பாரதியோ கங்கைக் கரையின் கோதுமைப் பண்டத்தைக் காவிரியின் வெற்றிலைக்கு மாறுகொள்வோம் என்று பாடுகிறார். வந்த இடத்தில் அதற்கு அதிக வளம் வந்து கங்கை விளைவை விடக் காவிரி வெற்றிலைக்குச் செல்வாக்குக் கூடியிருக்குமோ? காவிரிக் கரைக் கமுகு மரங்கள் மரகதமாய்க் காய்த்துப் பவளமாக உதிர்க்குமென்பது ஒரு தேவாரப் பாடல்.

கட்டைப்பயறும் கைச்சீவலும்

கல்யாணங்களில் வெற்றிலைச் செலவுதான் பெரிய செலவு. நூறு வெற்றிலை ஒரு கவுளி. ஒரு முட்டியில் இருபத்தைந்து கவுளி இருக்கும். நூறு கவுளி ஒரு கோட்டை. வெற்றிலை எத்தனை முட்டி, பாக்கு எத்தனை வீசை என்பது கல்யாண ரோக்காவுக்குக் கவனமாக முடிவு செய்ய வேண்

டிய இனம். கும்பகோணம் கட்டைப்பயறு என்ற ரகத்தில் ஒரு தரத்துக்கு இருபது வெற்றிலை போட்டால்தான் வெற்றிலை போட்டது போல் இருக்கும். கல்யாணத்துக்கு அது கட்டுப்படியாகாது. கல்யாணக் கூட்டத் தில் வெற்றிலை அதிகம் செலவாகும் நேரம் தெரிந்தவர் தன் பொறுப்பில் சரக்கை வைத்துக்கொண்டு உக்கிராணத்திலிருந்து அவ்வப்போது சீராக விடுவிப்பார். பொட்டலம் சீவல் அப்போது இல்லை. வெற்றிலைக் கடை யில் மடவாகெண்டைபோல் அகலமான பாக்குவெட்டிகள் நீரில் நீந் தும் வாக்கிலேயே கட்டைகளில் பதித்து இருக்கும். ஊற வைத்த கொட் டைப்பாக்கை வெட்டி அவ்வப்போது கைச்சீவல் தயாரிக்கும் தொழில் கூடங்களாகவே இருந்தன இந்தக் கடைகள்.

மங்கல நிகழ்ச்சிகளில் இரட்டைப்படை வெற்றிலையும், ஒரு களிப் பாக்கும் வைப்பது வழக்கம். பிறவற்றுக்கு இரண்டு பாக்கு. பாக்கு வைக் காமல் வெற்றிலை தனியாகத் தருவதில்லை. சுவாமிக்கு வெற்றிலையைக் காம்பு கிள்ளி வைக்க வேண்டும். பொழுதுபட்ட பின்பு சுண்ணாம்பு தருவதில்லை. வெறும் கையிலும் அதைத் தர மாட்டார்கள். திருமண வீடுகளில், உப்புக்கு 'சர்க்கரை' என்று சொல்வதுபோல், சுண்ணாம்புக்கு 'வெள்ளை' என்பது மங்கல வழக்கு. வெற்றிலையை மடித்து இடது கையால் வாயில் வைத்துக்கொள்வதில்லை. உறவுமுறையாரைத் திரு மணத்துக்கு அழைக்கும்போது பத்திரிகையோடு பாக்கும் பணமும் வைப் பது வழக்கம். திருமணமான பின், மறுவுக்குப் பெண்ணையும் மாப்பிள் ளையையும் பிறந்த வீட்டுக்கு அழைக்கும்போது பாக்கு, பணம் வைத்து அழைப்பார்கள்.

சுண்ணாம்பைச் சாக்காக வைத்துத் திருமணத்துக்கு முன் கணவர் தன்னோடு பழக்கம் பிடித்ததை விவரமாகச் சொல்வார் எங்கள் ஊர் சாலாட்சி என்ற விசாலாட்சி, ''சுண்ணாம்பு இருக்கா என்று கேட்டுக் கொண்டு நான் வயலில் நின்ற இடத்துக்கு ஒருநாள் வந்தார். வெற்றி லையில் வைத்துக் கொடுத்தேன். எங்கே நின்றாலும் இப்படியே வெற் றிலை ஒருநாள், பாக்கு ஒருநாள் என்று கேட்டுக்கொண்டு வருவது அவருக்கு வாடிக்கையானது. இரண்டு மூன்று நாள் போன பிறகுதான் எனக்கு ரகசியம் புரிந்தது'' என்று அந்த வயதிலும் வெட்கம் நிழலாடச் சிரிப்பார். ராஜகுமாரியை வில்லனிடமிருந்து கதாநாயகன் காப்பாற்றுவது போன்ற இலக்கியச் சம்பவத்துக்கும் எளியவர்களின் இரவல் வெற்றிலைக் கும் வேற்றுமை பார்த்துக் காதல் காத்திருக்குமா? உதட்டின் வெற்றி லைச் சிவப்பும், மேனியின் சப்பாத்திப் பழச் சிவப்பும் காதலியைப் பாடும் சிருங்காரப் பாடல்களில் பிரசித்தம். ''கும்பகோணம் கொழுந்து வெற்றிலைச் சப்பாத்திப் பழமே உனக்குக் கொஞ்சங்கூடச் சிவக்கலயே சப்பாத்திப் பழமே'' என்ற பாடல் நினைவுக்கு வருகிறது.

வெற்றிலைபாக்கைத் தரையில் வைக்க மாட்டார்கள். அது லக்ஷ்மி. பிறந்த வீட்டுக்கு வந்து ஊர் திரும்பும் பெண்களுக்கு வெற்றிலைபாக்குக் கொடுத்து அனுப்புவார்கள். புகுந்த இடமாக வீட்டுக்கு வந்தவர்களுக்கு அப்படிக் கொடுப்பதில்லை. திருமணமாகிச் சென்ற பெண் தன் வீட்டு உறுப்பினர் இல்லை என்ற சமூக இலக்கணத்தின் சடங்கு வடிவம் இது. திருமணத்தில், பெற்றவர்கள் பெண்ணைத் தாரைவார்த்துக் கொடுப்பார்கள். அப்போது ஒரு தேங்காயும் வெற்றிலைபாக்கும் வைத்துக்கொண்டு நீர்விட்டுத் தாரைவார்த்து அதை அப்படியே மாப்பிள்ளையின் பெற்றோரிடம் கொடுத்துவிடுவார்கள். இதை 'இட்டு நீர் வார்ப்பது' என்றும் சொல்வார்கள். ''என்ன வழக்கம்? பெற்ற பெண்ணை ஒரு உடைமையாக்குகிறார்களே!'' என்று பெண்ணியம் அதிர்ச்சி அடையலாம்.

கலாச்சாரம் கற்பித்த அழகு

அந்தந்தச் சமூகத்து நாட்டாண்மைகள் முன்னிருந்து கல்யாணம் நடத்தி வைப்பது அப்போதைய வழக்கம்.

'கொத்து' போன்ற உட்பிரிவுகளும் சில சமூகத்தில் இருந்தன. கல்யாணத்துக்கு வருபவர் தன் கொத்தைச் சொல்லி ஒரு தேங்காயை நாட்டாண்மையிடம் கொடுப்பார். அந்தந்தக் கொத்தின் எண்ணிக்கைப்படி கல்யாண வீட்டுக்காரர் அவர்களுக்குத் தாம்பாளத்தில் பாக்கு தர வேண்டும். இதற்கு 'கொத்துப் பாக்கு' என்று பெயர்.

வெற்றிலை ஒரு கெட்ட பழக்கம் என்பது அண்மையில்தான். முன்பெல்லாம் அது முகத்துக்கு ஒரு களை. மங்கல அடையாளம்கூட. அம்பாளின் தாம்பூலம் நிறைந்த வாயை லலிதா சகஸ்ரநாமம் போற்றுகிறது. திருமணமாகிப் புகுந்த வீடு செல்லும் பெரிய வீட்டுப் பெண்களுக்கு 'வெற்றிலை பாக்குக் காணி' என்று சீதனமாக நிலமும் கொடுத்தார்கள். வீட்டில் கோபித்துக்கொண்டு சாப்பிடாமல் இருப்பவர்கள் வெற்றிலையைக்கூட மறுத்துவிடுவார்கள். ''வாய் வெளுக்கிறது, வெற்றிலையாவது போடக் கூடாதா?'' என்று கெஞ்சுவார்களாம். நல்ல பழக்கம், கெட்ட பழக்கம், அழகு, அழகில்லாதது எல்லாம் அவையாகவே அப்படிஅப்படி இருப்பதில்லை. கலாச்சாரம் அப்படிப் பார்க்க நமக்குக் கற்பித்தவை! •

— O —

4

எப்போது வந்தது இந்த வறட்சி?

அரிதாகக் காவிரிக்கு உருவான கோயில் ஒன்று குடவாசலுக்கு அருகிலுள்ள திருச்சேறையில் உண்டு. சாரநாதப் பெருமாள் கோயில் குளத்து மேல்கரையில் வடக்குப் பார்த்துச் சிறியதாக இருக்கும். குளத்தில் நீர் அற்றுவிட்டது. சென்ற மழைக்காலத்து நீர் அது இருக்க வேண்டிய மாதம் வரையில் இல்லை. காவிரியில் இப்போது வர வேண்டிய தண்ணீரும் குளத்துக்கு வரவில்லை. பாதாளமாகத் தெரியும் குளத்தின் வயிற்றில் இளைஞர்கள் மட்டைப்பந்து விளையாடிக் களிக்கிறார்கள் (28 ஜூன், 2017). எல்லா இடத்திலும் இதுவேதான் நிலைமை. ஒருவேளை அந்த இளைஞர்கள் ஏதாவது சுதேசி விளையாட்டில் ஈடுபட்டிருந்தால் நிலைமை இவ்வளவு கேவலமாகத் தோன்றியிருக்காதோ!

திருச்சேறையில் காவிரித் தாயையே சாட்சியாக்கி, வறட்சியை இப்படிக் குரூரமாக விரித்துக் காட்டுவது விக்கித்துப்போகும் சோகம். காஃப்காவின், காம்யுவின் கதைகளில் வரும் அபத்த நிகழ்வுகளை ஒத்திருக்கிறது இப்போது காவிரிக் கரையில் நடப்பவையெல்லாம். என் கண்களின் ஆங்கில வக்கிரத்துக்குத்தான் இப்படித் தெரிகிறது என்று நினைக்கக் கூடாது. எல்லோரும் இதை காஃப்காவும் காம்யுவும் காட்டிய அபத்தமாகப் பார்க்க மாட்டார்கள் என்பது உண்மை. ஆனால், எங்கே ஆரம்பிக்கிறோம், எங்கே முடிக்கிறோம் என்று தலையும் வாலும் புரியாமல், அதை விடவும் முடியாமல் ஒரு வேலையைச் செய்துகொண்டிருக்கும் நிலைமை உண்டு. இதே நிலைமையில்தான் ஒவ்வொரு ஆண்டும் காவிரிக் கரை விவசாயிகள். காவிரியில் எப்போது தண்ணீர் வரும் என்று தெரியாது. வந்தால் எவ்வளவு வரும் என்று தெரியாது. நம் ஊர் வாய்க்காலில் வரும் அளவுக்கு வரத்து இருக்குமா என்று சொல்ல முடியாது. பருவப் பிற்பாடு ஆகிவிட்டால் எந்த வயது விதை நெல்லை, எங்கே போய்த் தேடுவது என்று தெரியாது. எப்போது அறுவடை வரும் என்று தெரியாது. அதுவரை தண்ணீர் வருவது நிச்சயமா என்பதும் தெரியாது. விவசாயத்தை விட்டு விடவும் முடியாது. இந்த நிலைமைக்கு நீங்கள்தான் ஒரு பெயர் கண்டு

பிடிக்க வேண்டும். இப்போது இதற்குப் பெயர் இல்லை என்று வேடிக் கைக்காகச் சொல்லவில்லை. மனித இனம் தனக்கு இன்னும் அர்த்தப் படுத்திக்கொள்ள முடியாத அனுபவக் குழப்பம் இது என்பதற்காகச் சொன்னேன். இந்த நிலைமையிலேயே ஒவ்வொரு ஆண்டும் கிட்டத்தட்ட பதினான்கு லட்சம் ஏக்கர் காவிரிக் கரையில் சாகுபடியாக வேண்டும்!

அந்திக் குளிர்

“வெயிலில் இப்போது இப்படித்தான் வியர்க்கும். ஆற்றில் தண்ணீர் வந்துவிட்டால் பொழுது குந்தும்போதே குளிரெடுக்கும்.” திருச்சேறைக் குத் தெற்கிலிருக்கும் விடையல் கருப்பூரில் நடுவயதைத் தாண்டிய பெண் ஒருவர் வெயிலின் கடுமையைப் பேசிக்கொண்டிருந்த எனக்கு ஆறுத லாகச் சொன்னார். அவர் நம்பிக்கையை நான் எப்படிப் புரிந்துகொள் வது? ஆற்றங்கரைக் கிராமங்களின் ஆனி மாத அந்திக் குளிர் இனி எப் போதுமே பழைய அனுபவம்தான். காவிரிப் படுகையில் அனுபவத்தைச் செறிவாக்கிய ஒன்று நிரந்தரமாக நின்றுபோகும். தென்மேற்கிலிருந்து காற்று வீசினாலும் அப்போதுபோல் தண்ணீர் சிலிர்க்கச்சிலிர்க்கத் தடவி வருவதற்கு இங்கு நீர்ப் பரப்பு எதுவும் விரிந்து கிடக்கப் போவதில்லை.

கொல்லைப்புறக் கேணியில் மழைக்காலத்தில்கூடத் தண்ணீர் ஊறுவ தில்லை. ஆற்றில் தண்ணீர் வந்துவிட்டால் அப்போதெல்லாம் கொல்லைக் கேணியில் குனிந்து தண்ணீர் மொண்டுகொள்ளலாம். ஆறு அபூர்வமாக இருக்கும் மேலைச் சீமை என்ற தஞ்சையின் மேற்குப் பகுதியில் உறையே இல்லாத தற்காலிக கேணிகளைத் தோண்டிக்கொள்வார்கள். ஐம்பது, அறு பது அடிகளில் நீர் இரைத்துக்கொண்டிருந்த துளைக் கிணறுகளை இப் போது மேலும் துளைத்து இருநூறு அடிக்குச் செல்கிறார்கள். கோடையின் நெல் வயல்களில் தண்ணீர் இருந்தபோதும், உழுது பெற்ற இரு[illegible] களை எடுத்து மாளாமலும் விவசாயிகள் நொந்துபோகிறார்கள். கோடை மழையே இல்லாமல் பயிர் திரங்கிவிடுகிறது. முடிந்தவர்கள் துளைக் கிணற்றை நம்பிப் பருத்திச் சாகுபடி செய்கிறார்கள். கடலிலிருந்து இரு பது கிலோமீட்டர்வரையுள்ள நிலப்பகுதியில் இதுவும் சாத்தியப்படாது. நிலத்தடி நீர் இல்லை. எனவே துளைக் கிணறுகள் அங்கு இல்லை. கால் பங்குக்குமேல் காவிரிப் படுகை நிலத்தடி நீர் என்ற செழிப்பைப் படைத்த தல்ல. மயிலாடுதுறையிலும், அதற்கு மேற்கிலும் கோடை நெல்லும் குறு வையும் பயிரிட்டிருக்கிறார்கள். ஆனால், பத்து ஆண்டுகளுக்கு முன்பு காவிரிப் படுகை இதே நேரத்தில் கண்ட துடிப்பும் பரபரப்பும் பழங் கதைகளாகிவிட்டன.

யாருக்கு முதல் உரிமை?

சென்ற தை மாதத்துக்கு முந்தைய தையிலிருந்து இப்போது ஆனிவரை சாகுபடி என்பதே இல்லாமலாகிவிட்டது. மேட்டூர் அணையின் இன்றைய நீர்மட்டம் இருபத்து இரண்டு அடி. அணைக்கு நீர்வரத்து நூற்று ஐம்பது கன அடி. அணையிலிருந்து ஐநூறு கன அடி வெளியேறுகிறது. காவிரி நீர் எப்போது வந்தாலும் அதற்கு விவசாயம் இனி முதல் உரிமை கோர முடியாது. குடிநீருக்கும் தொழிற்சாலைகளுக்கும் கேளாமலேயே அந்த உரிமை சென்றுவிடும். நமது வளர்ச்சியின் வேகம் அது! ஆயிரம் லிட்டர் தண்ணீர் விவசாயத்துக்குத் தந்தால் என்ன வரும்? அதே ஆயிரம் லிட்டர் நீரைத் தொழிற்சாலைக்கோ, நகரத்தின் குடிநீருக்கோ கொடுத்தால் நாட்டுக்கு வரும் ஆதாயம் என்ன? கூடாது, கூடாது என்று நீங்கள் குட்டிக்கரணம் போடும் யானைபோல முயன்றாலும் இந்தச் சந்தை மதிப்புக் கணக்குத்தான் காவிரி நீரில் யாருக்கு அதிக உரிமை என்பதை முடிவு செய்யும். வளர்ச்சி என்று நாம் அறிந்தது நீருக்குப் பங்காளிகளையல்ல, போட்டியாளர்களை உருவாக்கியது. நானும் எனக்கு அடுத்த வயல் காரரும்தான் காவிரி நீருக்குப் பங்காளிகள். காவிரியின் போக்கிலிருக்கும் தொழிற்சாலைகளும், காவிரிப் படுகை விவசாயிகளும் போட்டியாளர்கள்.

மேற்கே சோனையின் அடையாளமாக இங்கு இரண்டு நாட்கள் வெள்ளை வெளேரென்று வானம் மூடிக்கிடந்தது. குடகுப் பகுதியில் மழை என்று யூகித்து மகிழ்ச்சிகொள்ள மனம் துணியவில்லை. தென்மேற்கிலிருந்து வரும் காற்று பழைய வலுவோடு வீசவில்லை. மழை இரண்டொரு நாள் அதிரத் தூறியது. சில இடங்களில் அரைமனதாகத் திரண்டுவந்த மேகம் தரை நனைய பொடபொடத்துக் கரைந்துவிட்டது. இதற்குமேல் மேற்கில் மழை பொழிந்து, காவிரியும் பெருகி, கர்நாடக அணைகள் நிரம்பி வழிந்தோடி, பிறகு மேட்டூரும் தொண்ணூறு அடியாக உயர்ந்து, இங்கு ஆறெல்லாம் எப்போது நனையப்போகிறதோ!

அடுத்த மாதம், அதற்கடுத்த மாதமாவது தண்ணீர் வரும் என்று சாகுபடியைத் திட்டம் செய்துகொள்வதற்கான அடிப்படை எதுவுமே தென்படவில்லை. பொட்டலில் நடந்து சலித்த மாடு தலையைத் தூக்கி எங்காவது நிழல் தெரிகிறதா என்று பார்ப்பது போன்ற நிலைமையில் விவசாயம். நம்பிக்கையோ, இலக்கு என்றோ எதுவும் இருக்காது. ஆனாலும், அது நடந்துகொண்டேயிருக்கும்.

நூறு நாள் வேலை என்று ஒரு வேலை உறுதித் திட்டம் மும்முரப்படுகிறது. விவசாயத் தொழிலாளர்கள் குளம் குட்டைகளைத் தூர்வாரிக் கொட்டுகிறார்கள். பாய்மடையும் வடிகாலும் தொலைந்துபோன குளங்

களில் இப்போது எங்கிருந்து தண்ணீர்வந்து நிரம்பப் போகிறது? இது வேலை கிடைப்பதை உறுதி செய்வதாக நிபுணர்கள் கூறுவார்கள். இன்றைய நிலைமையில் அறிவிக்கப்படாத ஒருவகைப் பஞ்ச நிவாரணம் என்றுதான் இதனை விவரிக்கத் தோன்றுகிறது. தூர்வாரும் கைகள் நஞ்சையில் விவசாய வேலைக்குப் பழகியவை. நடவுக்கும் அறுவடைக்கும் பழகி, நெல்மணியில் புழங்கியவை. மராமத்து வேலையும் மதிக்க வேண்டிய உடலுழைப்பு. ஆனாலும், அதைவிடத் தஞ்சைப் பகுதியில் விவசாய வேலைக்குக் கூடுதலான மதிப்பு. ''நான் சம்சாரி'' என்று விவசாயிகள் பெருமை பேசிய காலமும் இருந்ததே! சாகுபடிப் பருவத்தில் மராமத்து வேலைகளை உருவாக்க வேண்டியிருப்பதும், கட்டட வேலையும், காளாவை வேலையும் பழைய நிலையிலிருந்து பெரும் இறக்கம். அரசாங்கத்தின் பொது விநியோகத் திட்டம்தான் நிலைமையைக் கட்டுக்குள் வைத்துள்ளது.

தத்துவப் பொறி

ஆழ்துளைக் கிணற்றையே காணாத காலத்திலும் கொஞ்சம் குறுவை நட முடியும். குறுவையைப் பணப்பயிர் என்பார்கள். இன்று துளைக் கிணறு உள்ளவர்களும் நிம்மதியாகக் குறுவை பயிரிட முடியவில்லை. ஒரு நேரத்தில் நான்கு லட்சம் ஏக்கர் இங்கு குறுவை பயிரானது. இப்போதும் தொகுப்புத் திட்டங்களை வகுத்துக் குறுவை நடுவதற்கு விவசாயிகளை ஊக்குவிக்கிறது அரசாங்கம். இது தீவிரம் ஆகஆக நிலத்தடி நீர்மட்டம் கீழிறங்குவதும், பிற இன்னல்களும் அதிகரிக்கும். இந்த ஆபத்துகளுக்காகக் குறுவையை விட்டுவிட முடிந்ததில்லை. 'எத்தைத் தின்றால் பித்தம் தெளியும்' என்றிருக்கும் அரசாங்கம் குறுவையை விட்டு விட அனுமதிக்காது. உற்பத்தியைப் பெருக்கும் திட்டங்களைத் தீட்டி விவசாயிகளைக் கவர்ந்துகொண்டிருக்கும். ஆனால், கண்ணியாக இருந் தாலும் நாமாகத்தானே அதில் விழுந்தோம் என்று நினைக்கவைக்கும் தத்துவப் பொறி ஒன்றில் நாம் சிக்கிக்கொண்டோம். அதுதான் விவசாயிகளின் தோல்வியும், அரசாங்கத்தின் வெற்றியும். அரசாங்கம் வென்றால் அது விவசாயிகளின் வெற்றியாகத்தானே இருக்க வேண்டும்? ஆனால், அரசாங்கத் திட்டங்கள் வெற்றி பெறும்போது விவசாயிகள் ஏழைகளாகித் தோற்றுப்போவது காவிரிக் கரை விசித்திரம்.

வயலை 'நஞ்சைத் திறப்பு' என்று சொல்வதுண்டு. திறப்பு என்றால் வேலி கட்டாத திறந்த வெளி. தண்ணீர் சிக்கனம் என்று இப்போது குழாய் பதித்து, வயலுக்குக் கம்பி வேலி போடுகிறோம். இப்படியே இடர்ப்பாடு வரும்போதெல்லாம் இயற்கைச் சூழலுக்கு ஒவ்வாத, காவிரிப் படுகை

மண்ணுக்கு ஒவ்வாத, திட்டங்கள் ஓசையில்லாமல் உள்ளே வருகின்றன. இவற்றைப் புரிந்துகொள்ளும் பொருளாதாரச் சிந்தனை வேண்டும்.

வறட்சியின் பொருள்

தஞ்சைப் பகுதியைப் பாதுகாக்கப்பட்ட விவசாயப் பகுதியாக அறிவிக்கக் கோரிப் போராடுகிறோம். இங்கே எண்ணெய் எடுக்க, எரிவாயு எடுக்க பூமியில் துரப்பணம் போடக் கூடாது என்று சொல்கிறோம். அப்படிச் சொல்ல வேண்டியதுதான். ஆனால், பாதுகாப்பையும் வறட்சியையும் அதனதன் விரிவான பின்னணியிலும் வைத்துப் பேச வேண்டும். இவை எல்லாம் ஆள்வோரின் வஞ்சனையால் வரும் பிரச்சினைகள் என்று சொல்லிவிடுவது மிகவும் எளிமைப்படுத்திய புரிதல்.

விவசாயம் செய்யும் ஒரு பெண் ஊரில் பசும்பால் விற்க முடியவில்லை என்றார். அவர் மாடு வளர்த்துக் கறந்துகொண்டிருக்கிறார். பாலைத் தன் உபரி வருமானமாக அவரால் மாற்றிக்கொள்ள முடியவில்லை. ஆனால், அதே ஊரில் ஏராளமாக பாக்கெட் பால் விற்கிறது. அந்தப் பெண் வீட்டுப் பாலுக்கு இருந்த சிறிய சந்தையை ஒரு பெரிய சந்தை விழுங்கிச் செரித்துக்கொண்டது. நாட்டு அளவில் நடப்பவற்றை ஒரு பெருங்கணக்குப் பார்வையில் ஆராய்வது நம் வழக்கம். வீட்டடியில் நடப்பதோடு அதைச் சேர்த்துப் பார்ப்பதில்லை.

திருத்துறைப்பூண்டிக்கும் திருவாரூருக்கும் இடையே, சற்றுக் கிழக்கே தள்ளி, சூரமங்கலம் என்று சிறிய கிராமம். ஊர்ப் பெரியவர் ஒருவர் தன் முயற்சியில் கூட்டுறவுப் பால்பண்ணை துவக்கினார். வேகமாக வளர்ந்து, சுற்றியிருந்த ஐந்து தாலுக்காவின் சிறிய விவசாயிகள், விவசாயத் தொழிலாளர்களுக்கு உபரி வருமானம் கொடுத்துவந்தது. காவிரிப் படுகையில் இது நலிந்த பகுதி. வாழ்க்கைக்கு விவசாயம் தரும் சொற்ப வருமானத்தோடு உபரியாக ஏதாவது தேவைப்படும் நிர்ப்பந்தத்திலிருக்கும் குடும்பங்கள் இங்கு அதிகம். தங்கம்தங்கம் என்று அந்தப் பால் பண்ணையைத் தாங்கிக்கொண்டார்கள் மக்கள். மேற்கே நாமக்கல், வடக்கே திருவொற்றியூர் என்று அலைந்து கறப்பதற்கு எருமைகளை வாங்கிவந்தார்கள். காவிரிப் படுகை என்ற புனல் நாட்டுக்குத் தோதுவான மாடு அது. உள்கிராமங்களுக்குக் கப்பிச்சாலைக்கூட இல்லாத காலம் (1970-1980). சைக்கிள் தவிர வேறு இரு சக்கர வண்டிகள் இல்லை. வெற்றிகரமாக நடந்த இந்தப் பால்பண்ணை 1990 வாக்கில் நலிந்து பிறகு அதை மூடிவிட்டார்கள்.

விளைவிக்கும் நெல் வெளியே சென்று சந்தைப் பொருளாக விலை வைத்து, “நீங்கள் வாங்கிக்கொள்ளுங்கள்” என்று அரிசியாக உங்க

ளிடமே திரும்பி வந்தால் தஞ்சையை என்ன செய்து பாதுகாக்க முடியும்? நீங்கள் காவிரிப் படுகையை எப்படிப் பார்க்கிறீர்கள், அதையே நான் எப்படிப் பார்க்கிறேன் என்பதற்கெல்லாம் விளைவு ஏதும் இருக்காது. ரசாயன உரத்துக்கும் பூச்சிக்கொல்லிக்கும் விதைகளுக்கும் இயந்திரங் களுக்கும், பூமியில் பதிக்கும் குழாய்களுக்கும், பாலுக்கும் குடிநீருக்கும் காவிரிப் படுகையைப் பெரிய விற்பனைச் சந்தையாகப் பார்ப்பதற்குத் தான் விளைவுகள் உண்டு. குழந்தைகளின் கல்விக்கும், வாழ்க்கை வசதிக் கும் செலவிட வேண்டியதைக் காவிரிப் படுகை விவசாயிகள் வெற்றிகர மான இந்தச் சந்தைக்குத் திருப்பிவிடுவார்கள். இந்தப் பொருளாதார ஊடுருவலைக் கவனிக்கப் பழக வேண்டும். வறட்சி இங்கிருந்து போவது இருக்கட்டும். அது எப்போது, எப்படி இங்கே வந்தது என்று தெரிந்து கொள்ள வேண்டும். வளர்ச்சியை நாம் ஒழுங்குபடுத்திக்கொள்ளவில்லை. காவிரிப் படுகையின் பொருளாதாரம் விவசாயத்திலிருந்து விலகி தனித்து இயங்கத் துவங்கியபோதே அதன் வறட்சியும் துவங்கிவிட்டது. அது காவிரியில் நீர்வரத்து இல்லாமல் மட்டுமே நடந்ததல்ல! ●

— 0 —

5

சொர்க்கத்தையா கேட்கிறார்கள் விவசாயிகள்?

"விவசாயத்தில் வருமானம் இல்லையென்றால் விளைநிலம் மட்டும் ஏன் விலை ஏறிக்கொண்டேயிருக்கிறது?" இந்துஸ்தான் டைம்ஸ் நாளேட்டின் தென்னாட்டுப் பிரதிநிதியாக இருந்த நண்பர் கே.எஸ். ராமானுஜம் என்னைக் காரணம் கேட்டார். காவிரிப் படுகையின் கடைகோடியிலிருக்கும் குமட்டித்திடல் என்ற கிராமத்தில் அவருக்குக் கொஞ்சம் நஞ்சை இருந்தது. அவர் கேள்வி பொருளாதார நியதியின் அடிப்படையிலானது. முதலீடாகப் போடும் பணத்துக்கு எங்கே அதிக மதிப்பு உள்ளதோ அங்கே அது தன்னால் போகும் என்பது வழக்கமான சந்தை நியதி. "இந்தக் கிராமத்துக்கு ஆசைஆசையாக ஆண்டுக்கு இரண்டு முறையாவது நீங்கள் வந்துசெல்கிறீர்களே, அதுதான் காரணம்" என்று சொன்னேன். எல்லாவற்றையும் பொருளாதார நியதியைக்கொண்டு புரிந்துகொள்ள முடியாது.

உளவியல் புதிர்

ஒருவரின் உடைமை என்ற உணர்வுக்கு மேலான (அல்லது அதற்கும் கீழான) ரகசிய ஈர்ப்பு ஒன்றைக் கிராமத்தில் இருக்கும் நிலம் தனக்குள் வைத்துக்கொண்டுள்ளது. இருப்பவர்களுக்குச் சில நேரங்களில் வெறுத்துப் போனாலும் நிலத்தை விட்டுவிட முடிவதில்லை. இல்லாதவர்களில், பாரதியார் உட்பட, காணி நிலத்துக்கு ஏங்காதவர்கள் இல்லை. அந்த மகாகவி விவசாயம் செய்யவா ஆசைப்பட்டார்? கிராமாந்தரம், மேலும் கிராமாந்தரம் என்று இன்றைக்கும் ஓய்ந்துபோகாத இயக்கமாக, அழகியலே அதுதான் என்பதுபோல், ஓவியங்களையும் கவிதைகளையும் கதைகளையும் மானுடக் கற்பனை விதவிதமாகப் புனைந்துகொண்டே இருக்கிறது.

பச்சை வயல்வெளியில், மஞ்சள் ஆடை சிறகு விரிக்க திரை நாயகி கொப்பளித்து ஓடும் நீர்போலக் குதிபோடுவார். நாட்டுப்புற மெட்டுக் காகவே கட்டிய பாட்டு ஒன்று இழைந்துஇழைந்து திரைப்படக் கதை யின் கிராமாந்தரத்தை ஆழமாக்கும். கலைச் சந்தையின் இந்த மாமூல் வார்ப்புகளுக்கும் ஒரு வகை ஈர்ப்பு இருக்கும். நான் இந்த வகை ஈர்ப்பு பற்றிச் சொல்லவில்லை. பாரதியாருக்குக் காணி நிலத்தின் மேல் வந்த ஈர்ப்பு இந்த வகையல்ல.

விவசாயம் வறுமையைத் தள்ளிப்போடும், வசதியைக் கொண்டு வராது. யதார்த்தம் இதுதான். நமக்குக் கசந்துபோவதும், அதுவே கதை களில் வரும்போது ருசிப்பதும் ஒரு உளவியல் புதிர். மற்ற பிரச்சினைக ளைப் போன்று விவசாயிகளின் பிரச்சினைகளுக்கும், தொழில்நுட்பத் தீர்வு உண்டு என்று நம்பும் நிபுணர்களுக்கு இப்படி ஒரு புதிர் புலப்படு வதே இல்லை. விவசாயம் நல்ல வருமானம் தராவிட்டால் விவசாயிகள் அதை எப்போதே விட்டிருப்பார்களே என்று எதிர்மறை சாட்சியம் பேசு வார்கள். தொடர்ந்து நடைபெறுவதால் சந்தை நியதிப்படி அங்கு லாபம் இருக்க வேண்டும். லாபத்துக்கு இது தவிர வேறு சாட்சியம் எதற்கு என் பது அவர்கள் கட்சி. விவசாயம் நின்றுபோகாமல் இருப்பதற்கு நாம் எளிமையான காரணம் ஒன்று காட்ட முடியும். பற்றிக்கொள்ள வேறு எதுவும் கிடைக்காத விவசாயிகள் செய்யும் தொழிலையும் எப்படி விடு வார்கள்? நட்டம் ஒருவரை அவர் தொழிலில் இருந்து விரட்டிவிடும் என் பது உண்மை. விவசாயிகளைப் பொறுத்தவரை அவர்கள் தொழிலி லிருந்து வெளியேறுவது கிராமத்திலிருந்து வெளியேறுவதாகும். இது இரட்டை இடப்பெயர்வு. பற்றிக்கொள்ள வேறு ஏதாவது கிடைத்தவர் கள் இந்த இரட்டை இடப்பெயர்வையும் செய்ய மறுத்ததில்லை.

ஒரு ஏக்கருக்கு நெல் என்ன கண்டுமுதலாகிறது என்று ஒரு பொருளா தார நிபுணர் கேட்டார். சில ஆண்டுகளில் முப்பது மூட்டைவரை கண்டுள்ளது என்றேன். ‘விவசாயத்தில் லாபமில்லையென்றால் நான் நம்ப மாட்டேன்’ என்பதுபோல் என்னைப் பார்த்தார். நான்கு தலை முறைகள் நல்ல விவசாயம் செய்தும், வாய்க்கும் கைக்குமாகப் பிழைத்துக் கொண்டிருந்த குடும்பங்களை அறிவேன். அலுவலக வேலை ஒன்றில் சேர்ந்து தன் ஆயுட்காலத்திலேயே நல்ல நிலைமைக்கு வந்தவர்களையும் அறிவேன். பிரச்சினையை இப்படியும் பார்க்க வேண்டும். கிராமத்தில் இருந்துகொண்டு விவசாயம் செய்வது மனித வாழ்க்கையின் வாய்ப்பு களைப் பெருவாரியாக இழப்பதற்குச் சமம். இன்றைய வளர்ச்சிக் கட் டத்தில் உள்ள மனித நாகரிகம் விவசாயிகள் இப்படி இழப்பதை உறுதி படுத்தும்.

பங்களிப்புக்கு அங்கீகாரம்

பொதுவாக விவசாயம் ஆண்டுக்கு ஒருமுறை முதல் போட்டு முதல் எடுக்கும் தொழில். காலையில் முதல் போட்டு மாலையில் முதல் எடுக்கும் தொழில்களும் உண்டு. ஒரு விவசாயி தன் ஆயுட்காலத்தில் நாற்பது முறை முதல் போட்டு, அவருக்கு அதிர்ஷ்டமிருந்தால், இருபது முறை முதல் எடுக்கலாம். இந்த வேறுபாடுகளை நிபுணர்கள் கவனிக்க வேண்டும். இரண்டு ஆண்டுகளாக முதல் போடவே முடியாத, அல்லது போட்ட முதலை இழந்த நிலையில் இன்று விவசாயிகள் (2017). ஐந்து ஏக்கர் வைத்திருக்கும் ஒருவர் ஆண்டுக்கு நூற்றைம்பது மூட்டை அரசாங்கத்துக்கு நெல் அளந்தால் அது லாப நோக்கில் நடக்கும் வியாபாரமல்ல. மற்றவர்களைப் போல் சமுதாயத்துக்கு அவர் செய்யும் பங்களிப்பு அது. தலைமுறை, தலைமுறைகளாக எத்தனை ஆண்டுகள் இது நடந்திருக்கும்! அரசாங்கம் இதனை ஒருவகையாகப் பார்த்துக் கொள்முதல் நிலையங்களில் வாங்கிக்கொள்கிறது. அப்படி வாங்கும் இடம் கொள்முதல் நிலையம். வாங்குவது அரசின் வியாபார அமைப்பு. 'கொள்முதல்' என்பது வியாபாரத்தில் புழங்கும் சொல். விவசாயிகளின் சமுதாயப் பங்களிப்புக்கு உரிய அங்கீகாரம் அதுவல்ல.

இந்த அங்கீகாரம் எப்படி வடிவெடுக்கலாம் என்பதை வகுப்பது நிபுணர்களின் பொறுப்பு. நகர்ப்புறங்களில் ஒரு சராசரி வசதியுள்ள குடும்பத்துக்குக் கிடைக்கும் கல்வியும் மருத்துவ வசதியும் விவசாயிகளுக்கும் கிடைக்குமானால், அது அவர்களின் பங்களிப்புக்குக் கிடைக்கும் சமுதாய அங்கீகாரம். இதையெல்லாம் பெற்றுக்கொள்வது உன் பொறுப்பு என்று வல்லுநர்கள் விவசாயிகளை விட்டுவிடுவதுதான் நடப்பு. இந்த அணுகுமுறையின் அடிப்படையான கருத்தாக்கத்தைத் திருத்திக்கொள்ள வேண்டும். இருக்கும் இடத்தால் ஒருவருக்கு இன்னல் வரலாம், அவர் குடும்பத்துக்குச் சில வாய்ப்புகள் இல்லாமலே போகலாம், அல்லது அவற்றைப் பெறுவதற்கு அவர் மற்றவர்களைவிட இரண்டு, மூன்று மடங்கு அதிகம் செலவழிக்க வேண்டியிருக்கும். விவசாயிகளின் நிலைமை இதுதான். அவர்கள் விவசாயம் செய்கிறார்கள். அதைக் கிராமத்திலிருந்து செய்கிறார்கள். இது இரட்டிப்பு இன்னல். கிராமப்புறம் பொருளாதாரத்தில் பின்தங்கிய பகுதி, கலாச்சாரத்தில் பிற்போக்கானது, நோய் மலிந்த இடம், அங்கு போக்குவரத்து வசதி இல்லை, அங்கு பெயருக்குத்தான் கல்வி—நாமேதான் கிராமங்களை இப்படி மதிப்பிட்டோம்!

எனக்குச் சென்னையில் ஒரு நண்பர். அவர் மகன் மருத்துவரானார். ஒரு சிற்றூருக்கு அவரை அரசு மருத்துவராக நியமித்தார்கள். பிற்பட்ட பகுதி என்று அவர் அங்கு போகவில்லை. மேலும் படித்து வெளிநாடுகளுக்

குச் சென்றவர், திரும்பி வந்து தனியார் மருத்துவமனையில் இப்போது பணி செய்கிறார். கிராமத்திலிருக்கும் விவசாயி ஒருவரும், நகரத்தில் இருப்பவரும் ஒரே கோட்டில் நின்று வாழ்க்கைப் பந்தயத்தைத் துவக்குவ தில்லை. விவசாயம் செய்வது பொருளாதாரத் தளை என்றால் கிராமத் திலிருப்பது கலாச்சாரத் தளை. கிராமத்தில் இருப்பவர் சமுதாயம் உயர்த்தி வைத்துள்ள ஒரு படிப்பில் ஏன் சேர முடியவில்லை என்பதற்கு இவை தவிர வேறு காரணங்கள் இருக்காது.

வேறு காரணம் உண்டு என்று சொல்வதாயிருந்தால் அதற்கு என்ன பொருள்? வசிக்கும் இடம்பொறுத்து மனிதர்களின் மூளைத்திறன் வேறு படும், அப்படி வேறுபடும்போது அது கிராமத்தில் இருப்பவர்களுக்கு வழக்கமாகவே குறைவாக இருக்கும் என்று பொருள். இது கல்வியின் அடிப்படை அனுமானத்தை மறுப்பது.

அறிவியலின் மூடநம்பிக்கை

திட்டங்களை வகுக்கும் நிபுணர்கள் சொட்டுநீர்ப் பாசனம், குழாய் பதிப்பு என்று பரிந்துரைப்பார்கள். நீர் சிக்கனம் என்பது காவிரிப் படுகை யின் மண்வாகுக்கு ஒத்துவருவதல்ல. எந்தப் பிரச்சினையானாலும் அதற்கு ஒரு தொழில்நுட்பத் தீர்வு உண்டு என்ற அடிப்படையில் சிந்திப்பது அறிவியலின் ஒரு மூட நம்பிக்கை. காவிரிப் படுகையால் உருவான தல்ல இங்குள்ள பாசன முறை. அப்போதைய பாசன முறையால் உரு வானதுதான் காவிரிப் படுகையே! காவிரி தான் இலையாகப் படர்ந்து நின்றுகொண்ட இடம் வயல். கூட்டுப்பண்ணை, நீர் சிக்கனம் போன்ற திட்டங்கள் நவீனக் கருவிகளுக்கு, பிணைக்கைதிபோல், பெரும் நுகர் வோர் சந்தையாகக் காவிரிப் படுகையை மாற்றத்தான் உதவும்.

தீவிர விவசாயத்துக்கும் விவசாயிகளின் கடன் சுமைக்கும் நெருக்கம் உண்டு. ஐம்பது ஆண்டுகளுக்கு முன்பு ஒரு ஏக்கரில் இருபது மூடடை விளைந்தால் அது நிறைவான கண்டுமுதல். இப்போது தீவிர விவசாயத் தால் முப்பது மூட்டைகூடக் கண்டுமுதலாகிறது. ஆனால், விவசாயி களுக்கு அப்போதிருந்த நிம்மதி இல்லாமலாகி கடனும் சுமந்துபோகிறது. கூடுதலான உற்பத்தி கூடுதலான வருமானமாக மாறுவதில்லை. கூடுத லான உற்பத்தி கூடுதலான விற்றுமுதலைத்தான் தருகிறது.

இந்த ஆண்டு (2018-2019) நெல்லுக்கான கொள்முதல் விலையை அரசாங்கம் இருநூறு ரூபாய் உயர்த்தி குவிண்டாலுக்கு ஆயிரத்து எழு நூற்று ஐம்பதாக ஆக்கியுள்ளது. சென்ற ஆண்டு இந்த விலை ரூபாய் ஆயிரத்து ஐநூற்று ஐம்பது. மூட்டைக்கு ஆயிரத்து எழுநூற்று ஐம்பது ரூபாய் பெருகிறாரே என்பதோடு நம் சிந்தனை நின்றுவிடக் கூடாது.

இரண்டு ஏக்கர் வைத்துள்ள விவசாயிக்கு நல்ல விளைச்சல் இருந்தால் முப்பது மூட்டை கிடைக்கும். சென்ற ஆண்டைவிட அவருக்கு இந்த ஆண்டு ஆறாயிரத்து எழுநூற்று இருபது ரூபாய் கூடுதலாக விற்று வரவு வரும். சென்ற ஆண்டு அவர் வாழ்ந்திருந்த வாழ்க்கைக்கு இந்த ஆறாயிரத்து எழுநூற்று இருபது (மாதம் ஐநூற்று அறுபது) ரூபாய் எவ்வளவு தர மேம்பாடு கொடுத்துவிடும் என்பதையும் நாம் சிந்திக்க வேண்டும். விவசாயிகளில் 90 சதவீதம் இரண்டு ஏக்கர் வைத்திருக்கும் சிறு விவசாயிகளே.

சில ஆண்டுகளுக்குள்ளேயே மூன்று மடங்கு, ஆறு மடங்கு விலை உயரும் உரங்களை வாங்கித் தீவிர விவசாயம் செய்தால் இவற்றுக்கான கடனை அடைத்தபின் கையில் ஏதும் மிஞ்சாது. இதே வீதத்தில் அரசு கொள்முதல் விலையை உயர்த்துவதில்லை. அரசு அறிவிக்கும் ஆதரவு விலை என்பது விவசாயிகள் தப்பித்தவறி லாபம் பார்த்துவிடக் கூடாது என்ற உத்தியாகத்தான் செயல்படுகிறது.

அரிதாகிக்கொண்டிருக்கும் நிலத்தடி நீரையே நம்பி கோடை நெல்லும் குறுவையும் பயிரிட வேண்டுமா? இப்படிச் செய்வதால் விவசாயிகள் தங்களுக்குச் செய்துகொள்ளும் நன்மையைவிட அரசாங்கத்துக்குத்தான் அதிக ஆதாயம் தேடித் தருகிறார்கள். செலவாகும் நீரின் மதிப்புக்குத் தகுந்த விலையை அரசாங்கம் நெல்லுக்குத் தருமானால் இந்தப் பருவங்களில் தீவிரச் சாகுபடி செய்வதில் நியாயம் இருக்கும். அரசின் அக்கறையோ உற்பத்தி கூட வேண்டும் என்பதே. நீர் அதிகம் தேவைப்படாத மாற்றுப் பயிர் செய்யலாம் என்பார்கள் வல்லுநர்கள். காவிரிப் படுகையின் நான்கில் மூன்றுபங்கு மாற்றுப் பயிருக்கு ஏற்றதல்ல என்பது அவர்களுக்குத் தெரியாது.

தீர்ப்புகள் தீர்வாகாது

மூன்று யதார்த்தங்களைக் கவனிக்க வேண்டும். காவிரியில் இனி வெள்ளப்பெருக்கின்போதுதான் தண்ணீர் வரும் என்பது ஒன்று. நடுவர்மன்றத் தீர்ப்பினைக் கர்நாடகம் அப்படியே ஏற்றுக்கொள்ளாது. இரண்டாவது யதார்த்தம், நீதிமன்றத் தீர்ப்பினை நிறைவேற்றிக்கொள்வது எளிதல்ல என்பது. மாநிலங்களின் அதிகாரப் பசியில் நியாயங்கள் மறந்துபோகும். தீர்ப்புகளெல்லாம் தீர்வாகாது. மூன்றாவதாக அரசியல் தீர்வு என்பதை இருபக்கத்து அரசியல்வாதிகளும் அனுமதிக்கமாட்டார்கள். இரண்டு மாநிலங்களுமே தங்கள் நிலைமைக்கு மூன்றாமவராக அவர்கள் காணும் மத்திய அரசே காரணம் என்று சொல்ல இயலும் என்பதும் பிரச்சினையின் ஒரு அம்சம்.

விவசாயிகள் பருவமழைக்கு ஏற்ற விவசாயத்துக்கு, மேட்டூர் அணைக்கு முன்பிருந்த விவசாயத்துக்குத் திரும்ப வேண்டும். பருவமழையை மையமாக வைத்து, காவிரி நீரைத் துணை ஆதாரமாகக்கொண்டு விவசாயத்தை மறுகட்டமைப்புச் செய்ய வேண்டும். இடுபொருள் செலவுகளைக் கணக்கிட்டு அதற்கு ஒரு குறிப்பிட்ட வீதம் கூடுதலாக இருக்குமாறு அரசாங்கம் விளைபொருளுக்கு விலை நிர்ணயிப்பது தவறான கருத்தாக்கத்தின் விளைவு. சமுதாயத்துக்கு உன்னதமான பங்களிப்புச் செய்துவரும் விவசாயிகளின் வாழ்க்கைத்தரமும் மற்றவர்களுக்குச் சமமாக இருக்க வேண்டும் என்ற நோக்கத்தில் சிந்திக்க வேண்டும். விவசாயிகள் தங்களுக்குச் சொர்க்கத்தைக் கோரவில்லை. ●

— O —

6

காவிரியிடம் தோற்றாலும் கேவலமே!

சென்ற ஒரே மாதத்தில் (ஜூலை-ஆகஸ்ட், 2018) இருமுறை காவிரியிடம் தோற்றுக் கொள்ளிடத்தில் தஞ்சமடைந்தது காவிரிப் படுகை. மேட்டூர் அணை பொழியும் அளவுக்குக் கர்நாடகாவிலிருந்து நீர்வரத்து. கிட்டத்தட்ட வரத்து அளவுக்கே அணையிலிருந்து நீரை வெளியேற்றி, அது முக்கொம்பு வந்தவுடன், காவிரியிலிருந்து பிரித்துக் கொள்ளிடத்துக்குத் திருப்பிவிட்டார்கள். கொள்ளிடத்தில் போனது போகக் கல்லணைக்குக் காவிரியில் வந்த நீர், அதன் கொள்ளளவுக்கு அதிகமாக இருந்தால் அந்த உபரியையும் உள்ளாறு வழியாக அங்கிருந்து கொள்ளிடத்துக்குத் திருப்பினார்கள். இப்படித் திருப்பிய நீர் சில நாட்களில் வினாடிக்கு ஒரு லட்சம் கன அடிக்கு மேல். அந்தக் கொள்ளிடமே இல்லையென்றால் என்ன நடந்திருக்கும்? மழை என்று வானத்திலிருந்து துளிகூட விழாமல் கல்லணைக்குக் கீழே உள்ள காவிரிப் படுகை புதிரான வெள்ளம் ஒன்றில் மிதந்திருக்கும்.

காவிரித் தண்ணீரைக் கொள்ளிடத்துக்குத் திருப்பினால் அது வெள்ளம். அதையே காவிரியில் திறந்தால் அது பாசன நீர். முக்கொம்பிலிருக்கும் மேலணை இப்படிக் காவிரி நீருக்கு அடையாளம் சொல்லிப் பிரித்து அனுப்பும். கொள்ளிடம் ஒரு வடிகால். ஒரு மாதமாகக் காவிரியைக் கொள்ளிடத்தின் துணை வடிகாலாக மாற்றியிருக்கிறோம். காவிரி வடிகாலாக மாறுவது தஞ்சைக்குப் புதிதல்ல. மழைக்காலங்களில் காவிரி இங்கு வடிகாலாகத்தான் செயல்படும். மேட்டூர் அணை இருப்பதால் இது சாத்தியம். முக்கொம்பிலிருந்து காவிரிக்குத் தண்ணீர் வராமல் சுத்தமாக நிறுத்தித் தஞ்சைப் பகுதியில் பெய்யும் மழைக்கு அதை வடிகாலாக மாற்றிக் கொள்ளலாம். இப்போது மழையே இல்லாத பருவத்திலும், சாகுபடியே துவங்காத நேரத்திலும் காவிரி வடிகாலாக மாற வேண்டியிருந்தது கொஞ்சம் அதிர்ச்சி.

ஆற்று வெள்ளத்தைப் பிடித்துவைக்க முடியாது. இருந்தாலும், கடைமடைக்குத் தண்ணீர் எட்டாதபோது, கொள்ளிடத்துக்கு அதையே வெள்ளமென்று அனுப்புவது தோல்விதான்.

அனுமானம் சரிதானா?

ஆகஸ்ட் மாத இறுதிக்குள் மேட்டூரில் தண்ணீர் திறக்க வாய்ப்பு இல்லை என்ற அனுமானம் ஒன்றில் நிர்வாகம் நிரந்தரமாக உறைந்து விட்டது. வழக்கமாக ஜூன் 12ஆம் தேதி மேட்டூர் அணையில் தண்ணீர் திறப்பார்கள். அதைத் தாண்டி, ஜூலை, ஆகஸ்ட்வரை செல்லும் பல பராமரிப்பு, கட்டுமான வேலைகள் காவிரியின் போக்கில் இந்த ஆண்டு நடந்துகொண்டிருந்தன. இனிமேலும் திறக்காமலிருந்தால் ஆபத்து என்ற நிர்ப்பந்தத்தில் ஜூலை 19ஆம் தேதி அணை திறந்தார்கள். கட்டுமான வேலைகள் நடந்துகொண்டிருந்த கிளை ஆறுகளில் உடனடியாகத் தண் ணீர் திறக்க முடியவில்லை. சிலவற்றில் தாமதித்துத் திறந்தார்கள். ஜூன் 12க்குப் பிறகு முடியும் வேலைகளுக்கு அனுமதி தருவது காவிரிப் படு கைக்கு ஏற்றதல்ல என்பதை நமக்கு வெள்ளம் வந்துதான் சொல்லித்தர வேண்டுமா? பாசனத்துக்கு அணை திறந்த கையோடு எல்லா ஆறுகளிலும் அவற்றின் முழு அளவுக்கு நீர் திறந்திருந்தால் இப்போது கொள்ளிடத்துக் குத் திருப்பிவிடும் நிர்ப்பந்தம் இவ்வளவு தீவிரமாகியிருக்காது.

'வா' என்றால் வராது காவிரி. 'இரு' என்றால் அணையில் இருக்காது. போகும்போது நம் சொல்லுக்காகக் காத்திருக்காது. தன் போக்குக்குப் போகும் உயிர்ப்பு அதற்கு உண்டு. இந்த உயிர்ப்பின் தன்னிச்சையையும் நீர் மேலாண்மைக்கு ஒரு ஆதார அனுமானமாகக் கொள்ள நாம் பழக வேண்டும்.

செப்டம்பர்வரை காவிரியின் வரத்தால் வெள்ளம் வர வாய்ப்பு உண்டு. ஆனால், தண்ணீர் வராது என்ற அனுமானத்தின் அடிப்படையில் ஏற்கனவே எழுபது, எண்பது அடி நீர் இருந்தாலும் மேட்டூர் அணையை மூடித்தான் வைத்திருப்போம். வெள்ளம் வந்தது. அவசரமாக அணை யைத் திறந்தார்கள். இன்னும் இருபது நாள் கழித்துத் திறக்க வேண்டும் அலலது ஒரு மாதத்துக்கு முன்பே திறந்திருக்க வேண்டும் என்றார்கள் விவசாயிகள். நீர் மேலாண்மைக்கு அடிப்படையாக நிர்வாகம் வைத்துக் கொண்டிருக்கும் எதிர்மறை அனுமானம் சரிதானா என்று அது இப்போது பார்க்க வேண்டும்.

கரையை நம்பத் தயக்கம்

மேட்டூர் அணையின் முழுக் கொள்ளளவை நாம் பயன்படுத்த முடிவ தில்லை. நூற்று இருபது அடி உயரமுள்ள அணையில் கீழிருந்து இருபது அடி உயரத்துக்காவது வண்டல் படிந்திருக்கும். அந்த அளவுக்கு அணை யின் கொள்ளளவும் குறையும்.

முழுக் கொள்ளளவுக்குத் தண்ணீரை வாங்கிக்கொள்ளும் நிலையில் ஆறுகளும் இல்லை. இருபத்து நாலாயிரம் கன அடிக்கு மேல் தண்ணீரை வாங்கும் அமைப்பில், இருபத்திரண்டாயிரம் கன அடிக்கு மேல் திறப்பதற் குத் தயங்குகிறார்கள். வெண்ணாற்றில் ஒன்பதாயிரம் கன அடி தண்ணீர் திறந்து அதன் கிளையான வெட்டாறு உடைத்துக்கொள்ளுமோ என்று எட்டிப் பார்க்கிறார்கள். தண்ணீர் திறந்தபோதே தஞ்சாவூருக்கு மேற்கில் கல்லணைக் கால்வாய் உடைப்பெடுத்தது. நான்கு லட்சம் கன அடி வெள்ளத்தை வாங்கும் கொள்ளிடம், இரண்டு லட்சத்துக்குக் கொஞ்சம் கூடுதலாக வரும்போதே அதன் கரை பஞ்சையாகி, தண்ணீரும் ஊரைச் சூழ்ந்துகொண்டது.

மணல் பொருளாதாரம்

மணல் அற்றுப்போன ஆறுகள் கடலுக்கோ, கடைமடைக்கோ இயல் பான வேகத்தில் ஓட இயலாது. வாய்க்காலிலும் ஏறிப் பாயாது. மேல் தண்ணீர் ஓடும் வேகத்துக்கு ஆற்றின் கீழ்த்தண்ணீர் ஓடாது. மணலே தளம் பாவிய தரைபோல ஆற்றின் போக்குக்கு வேகத்தைத் தரும். மணல் இருந் தால் நீரைப் பூமி உறிஞ்சிக்கொள்ளத் தடுப்பணைகள் தேவையில்லை.

1980களில் வேலை வாய்ப்பைப் பெருக்கப் பொருளாதார நிபுணர்கள் கட்டுமானத் தொழிலை ஊக்குவித்தார்கள். அப்போதிருந்து ஒரு மணல் சந்தை உருவாகித் தழைத்தது. அது ஒரு காரணத்தின் விளைவாகி, அந்த விளைவே மற்றொரு விளைவுக்குக் காரணமாகித் தொடராக நீண்டுகொண் டிருக்கிறது. மணல் சந்தை ஒரு காரணமாகி விளைவித்தது என்ன? ஆறு களின் வயிறு உட்குழிந்து பள்ளமான அவலம் மட்டும்தான். மன வெளிப் பாட்டில் கைதேர்ந்த சித்திரக்காரர் வறட்சிக்கும் வறுமைக்கும் தீட்டிய ஓவியம்போல் இருக்கும் மணல் அற்றுக் குடல் காய்ந்த ஆறு. அது தானும் ஒரு காரணமாகி இன்னொரு விளைவைத் தந்தது. சிக்கனக் கணக்கின்படி நாம் திறக்கும் நீர், வாய்க்கால் தலைப்பை எட்ட முடியாமல் ஆற்றோடு போவதுதான் அந்த விளைவு. மனித நாகரிகத்தின் இந்த மாற்றத்தில் காவிரியும் சிக்கியது.

ஒரு நேரத்தில் சுவர் கட்ட மண் சாந்து, சுவருக்கு மண் பூச்சு. கூரைக்கு ஓடு. இவற்றிலிருந்து பின்பு மணலும் சிமெண்டுமான கலவைக்குக் கட்டு மானம் முன்னேறியதை மனித நாகரிக மாற்றம் என்று சொல்கிறேன். நாட் டின் செல்வத்தை ஒரு தொழிலிலிருந்து மற்றொன்றின் பெருக்கத்தை நோக்கித் திருப்பும் பொருளாதாரத் திட்டச் சாதுரியத்தை அப்படிச் சொல்கிறேன். அங்கங்கே தடங்கல் இல்லாமல் வயலுக்குப் பாசன நீர்

செல்ல ஆற்றிலிருக்கும் மணல் உதவும். மணலுக்கு அதைவிடச் சிறந்த பயனாகக் கட்டுமானத்தை நிலைநிறுத்திய சந்தை வெற்றியை நாகரிக மாற்றம் என்று சொல்கிறேன்.

பொருளாதார வளர்ச்சிக்கும் விவசாயத்துக்கும் முரண் கற்பிக்கும் சோடைபோன பழமைவாதத்தில் இறங்கியிருக்கிறேன் என்று நீங்கள் நினைக்கலாம். நான் பழமைக்காகப் பேசவில்லை. இன்றைய நாகரிகம் காவிரியில் மணலை இருக்க விடாது என்ற யதார்த்தத்தைச் சொல்கிறேன். உங்கள் எதிர்வாதம் மாற்றம் தவிர்க்க முடியாதது என்பதுவரை சரிதான். நீங்கள் அதற்கு மேல் சென்று, அந்த மாற்றம் 'ஆ'னாவிலிருந்து கண்டிப் பாக 'ஆ'வன்னாவுக்குத்தான் போக வேண்டும் என்று கொள்வது சரியல்ல. அல்லது, இயற்கையில் தானாகவே போகும் இடத்துக்குத்தான் அது நகர்ந் திருக்கிறது என்று நினைப்பதும் சரியல்ல. 'நாங்கள் இருக்கிறோம் வழி காட்ட' என்று தைரியம் சொல்வதுபோல் மாற்றங்களுக்கு நம் வளர்ச்சித் திட்டங்கள்தான் பயண இலக்கு நிர்ணயிக்கின்றன என்பதை மறக்கலாமா? காவிரி மணலில் கைவைக்கக் கூடாது என்று தடைசெய்யுங்களேன்! அன்றைக்கு வரும் தட்டுப்பாட்டில் மணல் சந்தை 'கா'னாவுக்கோ, 'தா'னா வுக்கோ மாறிக்கொள்ளும். கட்டுமானப் பாணியும்கூட மாறலாம். அது காவிரி மணலின் சந்தை விலையை அல்ல, அதன் மதிப்பைக் கணக்கில் கொள்ளும் பொருளாதாரக் கலாச்சாரமாக இருக்கும். கட்டுமானம் நின்று போகாது. மாற்றமும் நடந்துகொண்டுதான் இருக்கும். ஆனால், அது சுற்றுச்சூழலில் அக்கறை காட்டும் விவேகமுள்ள மாற்றமாக இருக்கும். காவிரிப் படுகையில் செல்வந்தர்கள் வீட்டுச்சுவர்கள்கூட வெளிப்பூச்சு இல்லாமலிருந்தன. கோயில் கட்டுமானங்கள் நூற்றுக்கணக்கான ஆண்டு கள் வெளிப்பூச்சு இல்லாமல் நிலைத்திருந்தன. கட்டடக் கலைஞர் லாரி பேக்கர் சுவர்களை நீங்கள் பார்க்கும்போது வெளிப்பூச்சு மறுக்கும் வெற்று உடம்பின் வசீகரத்தைப் பார்ப்பீர்கள்.

அருகிலேயே ஆறு ஓடினாலும் குளங்கள் வறண்டுகிடக்கின்றன. ஆக் கிரமிப்பாலும் அலட்சியத்தாலும் தூர்ந்துபோன வாய்க்கால் எப்படிக் குளத்துக்குக் காவிரி நீரைக் கொண்டுவரும்? சமுதாய விளிம்பில் இருக்கும் மக்களை ஆறு, குளங்களின் விளிம்புக்குத் தள்ளிவிடும் கலாச்சாரத்தில் காவிரி மட்டும் எப்படித் தப்பும்? உழைப்பாளிகளின் குடும்பத்தில் திரு மணமானவுடன் பிள்ளைகள் தனிக்குடித்தனம் போவார்கள். ஏற்கனவே ஒண்டிக்கொண்டிருப்பதுபோல் இருக்கும் இடத்தில் புதுக் குடும்பத்துக்கு இடம் இருக்காது. "இங்கு எப்படி வரலாயிற்று?" என்று யாரும் அதட் டாத இடத்துக்கு அவர்கள் நகர்வது இயற்கை. குடியிருப்புக்கென்று தீர்க்கமான கொள்கை இல்லாத ஆட்சிகளில் ஏழைகளுக்குக் கரிசனத்தை

எதிர்பார்க்க முடியாது. அங்கே காவிரியிலும் அக்கறை பிறக்காது. ஆற்றில் மிதக்கும் கட்டைபோலத் தன் திசையைத் தான் அறியாத செயல்பாடு வேண்டுமானால் இருக்கலாம்.

நிர்வாகக் குறை மட்டுமா?

விவசாயம், பாசன அமைப்பெல்லாம் மனித நாகரிகம் என்ற பெரும் நதியின் ஆதி மூலம். ஆற்றில் வெள்ளமே வந்தாலும் வாய்க்காலும் குளமும் வற்றித்தான் கிடக்குமென்றால், அது கலாச்சாரக் குறை. நம் வாழ்க்கை முறையின் குறை. வெள்ளத்தின் வேகத்தை நீரின் ஓட்டமாகத் தணித்து, வேண்டிய இடத்துக்கு அதைக் கொண்டுபோகவில்லை. நாகரிக வளர்ச்சியின் அடிப்படை அடையாளம் பாசன அமைப்பு. இதைக் குலைத்துவிடும் கலாச்சாரத்தை என்னவென்று விவரிக்கலாம்? இது இவ்வளவு பெரிய பிரச்சினையல்ல, நிர்வாகக் குறைதான் என்று சொல்லக்கூடும். அந்த நிர்வாகக் குறையையும் கலாச்சாரக் குறையின் அங்கமாக வைத்து நாம் விரிவான பின்னணியில் பேச வேண்டும்.

ஆறு, பாசனம் என்ற அடிப்படையில் இயங்கிய கலாச்சாரம் இன்று வேறு ஒரு அடிப்படையில் இயங்கலாம். அவையெல்லாம் இப்போது நிர்வாகத்தின் முதல் கவலைகளாக இருக்காது. இந்த நூதனக் கலாச்சாரத்தில் ஆறும் அதன் பராமரிப்பும் முக்கிய அங்கமல்ல. அநேகமாக அப்போதைக்கு அப்போது நிவாரணமும் ஊக்கத்தொகையும் புது நிர்வாகக் கலாச்சாரத்தின் நிரந்தர அக்கறைகளாகலாம். நிதி ஒதுக்கீட்டு முன்னுரிமையில் காவிரியும் கிராமமும் விவசாயமும் கீழிறங்கியிருக்கலாம். எப்படியோ காவிரியில் வந்த வெள்ளம், பழைய மையத்திலிருந்து நம் நிர்வாகக் கலாச்சாரம் விலகியிருப்பதைச் சொல்லிவிட்டது. பழமை உங்களுக்கு ஒவ்வாது என்றால் ஒரு மையம் இல்லாமல் இயங்கியது என்றாவது வைத்துக்கொள்ளுங்களேன். காவிரியில் இனி வரும் வெள்ளங்களைப் பார்த்துத் திகைக்காமல் இருக்க வேண்டுமானால் நம் கலாச்சாரம் விவசாயத்தையும் உள்ளடக்கிய ஒரு மையத்தையோ, மாற்று மையத்தையோ தேடிக்கொள்ள வேண்டும். காவிரியும், காவிரியின் தன்மையும் கணக்கில் வர வேண்டும். அந்த அக்கறை இல்லையென்றால் என்ன நடக்கும்? காவிரி வழக்கில் நாம் கர்நாடகத்தை ஒரு முறை வென்றிருக்கலாம். ஆனால், காவிரியிடம் தொடர்ந்து தோற்றுக்கொண்டிருப்போம்! ●

— O —

7

இனி ஒருபோதும் திருவிழா பார்க்க முடியாது

வெள்ளமாக வந்த நவீனம் நம் பண்பாட்டில் எதைஎதையோ பழையயன வாக்கி வாரிச் சுருட்டிக்கொண்டது. ஒரு எவர்சில்வர் பாத்திரம் வீட்டுக் குள் நுழைந்தவுடன் அற்புதமான வெண்கலப் பாண்டங்களைக் கர்நாட கங்களாக்கி அவற்றை அப்போதே கழித்துப்போட வைத்தது. 'நெக்லஸ்' என்ற பெயரோடு இனம்புரியாத ஒரு கழுத்து நகை வந்தவுடன் ஒற்றை வடச் சங்கிலி, இரட்டை வடச் சங்கிலி போன்ற பாண்டைகளை வேக வேகமாகத் திராவகம் போட்டுத் தங்கமாக்கி, பிறகு பவுனாக்கி, புது நகை செய்துகொண்டார்கள். நவீனத்தின் இந்த வன்முறைக்கு வெருண்டு ஓடிவிடாமல் ஏதோ ஒரு வடிவத்தில் நீடிக்கும் பண்பாட்டுக் கூறுகளும் உண்டு. அப்படி மாறுவேடத்தில் தப்பிப் பிழைத்தவற்றோடு கோயில் விழாக்களைச் சேர்க்க முடியாது. தொடரும் பழமைதான் என்றாலும் திரு விழாக்கள் வேறு. அவை இன்றைக்குள்ளேயே நின்று நிரந்தரமாகிவிட்ட நேற்று.

கோயில் விழாக்களைக் கொட்டிக் கோடைக்காலத்தைக் குலுங்கக் குலுங்க நிரப்பியிருக்கிறார்கள் காவிரிப் படுகையில். கோயில் விழாக்க ளின் செல்வாக்கும் ஆண்டுக்கு ஆண்டு வளர்ந்துகொண்டேயிருக்கிறது. காலனியக் காலத்தின் வரலாற்றுப் பார்வை நமக்கும் கைவருமானால் திரு விழாக்களை உருவ வழிபாட்டின் உச்சம் என்று [illegible] ஒரு செப்புப் படிமத்தை அலங்கரித்து அதைப் பல்லக்கில் சுமந்து கொண் டாடுவதை காலனியக் காலத்தினர் இப்படித்தானே பார்த்திருப்பார்கள்? அப்படி ஒரு பார்வை-ஞானத்துக்கு இப்போது நாம் பாத்திரர்கள் இல்லை. ஆனாலும், அதன் எதிர்துருவத்தில் நின்றுகொண்டு திருவிழா காண்பதே மோட்சத்துக்குக் கருவி என்று மக்கள் இத்தனை காலம் கழிந்து தெளிந்துவிட்டதாகவும் நாம் மகிழ முடியாது.

சிலைகள் படிமங்களா?

திருவாரூர் தேரின் உருவத்துக்கு ஒத்தாற்போல் நான்கு பொம்மைக் குதிரைகள் பூட்டியிருந்தன. பிரம்மாதான் சாரதி. குதிரைகள் தேரை

இழுக்காது. பிரம்மாவும் சாரத்தியம் செய்ய மாட்டார். இவற்றையும் சேர்த்து மக்கள்தான் இழுப்பார்கள். ஆனால், குதிரைகள் என்ற பாவனை இல்லையென்றால் தேர்த் திருவிழா ஏது? கொஞ்சம் கூடுதலாகத் தெரிந்தவர்கள் தேரைப் பிரபஞ்சம் என்றும், தேர்ச் சக்கரங்களைச் சூரிய சந்திரர்கள் என்றும் பாவிப்பார்கள். கையைத் தளிர்க்கரம் என்று சொல்லும் மொழி லாவகத்தில் பாவனை இருக்கலாம். திருமணத்தின்போது பெண்ணைக் கொடுப்பவர், கொள்பவரிடம் தாரை வார்த்துக் கொடுக்கும் சடங்கில் இருக்கலாம். இப்படிப் பாவனைகள் தரும் அழகைக் கழித்து அகற்றிவிட்டால் மனித வாழ்வின் மாமூலான கேவலம் அம்பலமாகிவிடும். பாவனை என்றால் நிஜத்தைப் புள்ளியாக வைத்து அதைக் கற்பனைக் கோலத்தால் வளப்படுத்திக்கொள்வது. உண்மையில் அந்த 'நிஜப் புள்ளி' தானே கற்பனை! கற்பனை நிஜப் புள்ளிகளைக் கற்பிதம் செய்துகொண்டு தான் போகும் வழியைக் கண்டுபிடிக்கும். பாவனை என்பது பாசாங்கு அல்ல, பொய் அல்ல. இல்லாதது அல்ல, ஏமாற்று அல்ல.

தெய்வங்கள் உருவம் எடுத்துக்கொள்ளாவிட்டால் திருவிழா சாத்தியமில்லை. அருவத்துக்கு மிக நெருக்கமாக இருக்கும் சிவலிங்கத்தை வைத்து வீதி உலா நடத்த முடியாது. திருவிழாவுக்குச் சிலைகள் வேண்டும். ஆனாலும், உலாவில் வரும் சிலைகளைப் படிமம், பிரதிமை, உருவம் என்று நான் சொல்ல மாட்டேன். படிமம் என்பது ஒன்றைப் போல் இருக்கும் மற்றொன்று. இந்திய மரபுக்கு இந்தப் படிமங்கள் தெய்வத்தைப் போல் இருக்கும் மற்றொன்று அல்ல. தெய்வங்களே இவைதான். ஆற்று வெள்ளம் விட்டுச் சென்ற மடுவின் நீர்போல மனித உலகில் தங்கிவிட்ட தெய்வங்கள் இவை என்பது வைணவக் கொள்கை. தேரில் சென்று நிலைக்கு வரும் திருவாரூர் தியாகேசரின் களைப்புத் தீர விச்சு என்ற பயத்தம் பருப்புக் கஞ்சி படைப்பார்கள். மன்னார்குடி ராஜகோபாலனின் திருமேனிக்குத் தேரில் சென்றுவந்த நோவு நீங்க வெந்நீர் அபிஷேகம் நடக்கும். அங்கே திருமண உற்சவத்துக்கு மறுநாள் காலை பள்ளியறை சேவை. பள்ளியறையிலிருக்கும் ராஜகோபாலனுக்குப் பெண்கள் சர்க்கரை போட்டுக் காய்ச்சிய பால் கொண்டுவருவார்கள். இப்படி நம்பும் மரபுக்குச் சிலைகள் வெறும் உருவங்கள்தானா?

மன்னனின் பவனி

மன்னார்குடி ராஜகோபாலனுக்குப் பதினெட்டு நாள் திருவிழா. காலையில் பெருமாள் பல்லக்கில் புறப்படுவார். ராஜவீதி நெடுகக் கோடைப் பந்தல். அங்கங்கே இருக்கும் குளம், குட்டை, கேணியிலிருந்து நீர் இறைத்துத் தெளித்துக்கொண்டே செல்வார்கள். டவண்டையைத் தட்டிக்

கொண்டு ஒருவர் முன்னே விரைவார். ஆணும் பெண்ணுமாக இரண்டு பூதங்கள் போகும். எருதின் முதுகில் கட்டிய டமாரங்களை ஒருவர் அடித்துக்கொண்டு போவார். முகபடாம் சாத்திய யானை அசைந்து நடக்கும். வாசமாலை ஒன்று வீதியின் குறுக்கே இருவர் இழுத்துப் பிடித்தபடியே நகரும். சுருட்டிகளை ஏந்த இருவர். எக்காளம் முழங்கும். திருச்சின்னம் பிளிரும். தீவட்டியும் மரியாதைக்கு எரியும். உடல் வாத்தி யத்தை ஒருவர் அதிரஅதிரத் தட்டுவார். பேண்டு வாத்தியக் குழு ஒன்று கிளாரினெட்டில் கீர்த்தனைகளை இசைத்துக்கொண்டே நகரும். சந்தி யிலும் சதுக்கத்திலும் ஜோடி நாயனங்கள் நின்று வாசிக்கும். உலாவின் கதியை நிதானித்தவர்கள்போல் பத்திபத்தியாய்க் கைகோத்துத் தமிழ்ப் பாசுரங்களைப் பாடிக்கொண்டே பல்லக்குக்கு முன்னால் ஒரு குழு. வேதங்களை ஓதியபடியே பல்லக்குக்குப் பின்னால் ஒரு கோஷ்டி. தமிழ் மறையும் வட வேதமும் முத்தும் பவளமுமாக இருக்க நடுவில் சுவர்ண மணியாகப் பட்டுச் சப்பரத்தின் கீழ் பல்லக்கில் வருவார் பெருமாள். ரத் தினக் கிரீடம், வைர முடி, சுவர்ணக் கிரீடம் என்று மாறிமாறித் தரித்து மன்னனாகவே பவனிவருவார். வெண்ணைத் தாழி உற்சவமாக இருந் தால் அவரே கண்ணனாகப் பல்லக்கில் வருவார். குஞ்சலம் தொங்கும் ஜடையோடு, தங்கக் கொலுசோடு, கஸ்தூரி திலகத்தின் ஒளியே கமழ் வதுபோல் தவழும் குழந்தையாக வருவார். நான் முந்தி, நீ முந்தியென்று பெருமாளின் திருமேனி முழுக மக்கள் வெண்ணெயை வீசுவார்கள்.

கருட சேவை, வெண்ணெய்த் தாழி, வெட்டுங்குதிரை போன்ற அமர்க்களமான விழாக்கள் உண்டு. ஆனாலும், கடைசித் திருநாளான சப்தாவர்ணத்தில்தான் நாமும் பெருமாளும் ஏகாந்தமாக ஒருவரை ஒரு வர் நின்று பார்த்துக்கொள்வதுபோல் இருக்கும். நினைத்துக்கொண்டு புறப்பட்டவராக இரவில் பெருமாள் ஒரு படிச்சட்டத்தில் நின்றபடியே ரதவீதிகளில் வருவார். சில நொடிகள் வீதிகளின் மூலையில் நின்று மத் தளம் மட்டுமே கொட்டுவார்கள். ஓங்கி ஒலிக்க எதுவும் இருக்காது. ஒளிரும் விளக்கு இருக்காது. பெருமாளும் பூவால் தன்னைப் போர்த்திக் கொள்ளாமல் முழுமேனி காட்டி வருவார். தீவட்டி வெளிச்சத்தின் சிறு நொடிப்பில், கருமாணிக்கமான பெருமாள் தன் பொன்முகம் காட்டி முறுவலிப்பார். 'கருங்குவளைக் கண்களால் கோபியர்கள் அவரை அருச் சிக்கிறார்கள்' என்பது ஒரு கவியின் வரி.

காட்சியாகும் திருவிழா

இங்கே அரசாங்கத்தின், அறநிலையத் துறையின் பங்களிப்புபற்றி நாம் கவலைப்பட வேண்டியவை இரண்டு: அரசாங்கம் ஆலய விழாக்களோடு

ஒன்றிக்கிடப்பது ஒன்று. திருவிழாக்களை மும்முரமாகக் காட்சிப்படுத்து வது மற்றொன்று.

அப்போதெல்லாம் அரசர்கள் திருவிழாக்களை ஏற்படுத்தினார்கள். அவர்களே முன்நின்றும் நடத்தினார்கள். மன்னர்களின் திருநட்சத்திரங் களுக்கு விழாக்கள் உண்டு. உலா முடிந்து கோயிலுக்குத் திரும்பும் ராஜ கோபாலன் அச்சுதப்ப நாயக்கர், விஜயராகவ நாயக்கர், செண்பக லட்சுமி யின் சிலைகளுக்கு முன்பு நின்றுகொள்வார். திருவிழா நடத்தியதற்காக அவர்களுக்கு 'அனைத்துலகம் ஆண்ட அச்சுதப்ப நாயக்கர்...' என்று துவங்கும் வசனக் கட்டியம் கூறி, பரிவட்ட மரியாதை செய்த பிறகுதான் பெருமாள் இருப்பிடம் செல்வார்.

இன்றைய அரசியல் சிந்தனை அதுவல்ல. இந்திய மக்களாகிய நாம் அதுபோன்ற சிந்தனையிலிருந்து விலகிய அரசு இது என்று சாசனம் செய்துள்ளோம். மடாதிபதிகள் தேருக்கு வடம் பிடிப்பது பொருத்தம். அமைச்சர்களும் அதிகாரிகளும் அமைச்சர்கள், அதிகாரிகளாகவே தேரோட் டத்தை வடம் பிடித்துத் துவக்குவது எவ்வளவு பொருத்தம்? அது அத் தோடு நிற்காமல் யாகசாலையில் அமர்ந்து அறநிலையத் துறை அதிகாரி கள் குடமுழுக்குக்குச் சங்கற்பம் செய்துகொள்வது பற்றி நான் என்ன சொல்வது? அவர்கள் அரசு ஊழியர்கள். பார்வையாளராக இருக்கலாம். பங்கேற்பது பொருந்தாது. நான் பொருந்தாது என்று சொல்வது வெறும் விதிகளைப் பற்றிய பொருத்தமின்மை அல்ல. அசலான அரசியல் கோட் பாடு பற்றியது. அரசியல் நாணயம் பற்றியது. நம் ஆட்சியாளர்களுக்கு ஏன் இன்னமும் ஜனநாயகக் காலத்துக்கு முந்தைய காலச் சிந்தனையி லிருந்து மீளமுடியவில்லை என்பதைப் பற்றியது. அச்சுதப்ப நாயக்கருக் குக் கட்டியம் கூறுவது திருவிழாவோடு திருவிழாவாகப் பின்னப்பட்ட குறியீடாக மாறிவிட்டது. ஆனால், நம் ஆட்சியாளர்கள் அதைத் தங்க ளுக்கு நிஜமாகவே ஏதாவது ஒரு வடிவத்தில் செய்துகொள்ள விரும்பு கிறார்கள். அரசியல் சிந்தனை வளர்ந்திருந்தால் இப்படி நடக்காது.

அடையாளத்துக்காக மட்டுமே அரசாங்கம் திருவிழாவில் பங்கேற் றாலும் அப்படிச் செய்வதால் விழாவுக்கு ஒரு செல்வாக்கு வரும். ஒரு திருவிழாவின் செல்வாக்குப் பெருக்கத்துக்குச் சமூக விளைவு உண்டு. சில்லென்று வரும் காற்றை அதற்கு முன்பே இருந்த நான் அனுபவிக்கி றேன் என்று சொல்ல மொழி என்னைப் பழக்கி இருக்கிறது. உண்மையில் அந்தக் காற்றுதான் என் உடம்பை, என்னை, எனக்கே வரையறுத்துக் காட்டியது. இதைப் போலத் திருவிழாக்களும் சமுதாய உடம்பில் ஒரு சிலிர்ப்பாகிச் சமுதாயத்தை அதற்கே காட்டித் தருகின்றன. சமுதாயத்துக்கு ஒரு பொது அடையாளம் கொடுத்துத்

தன்னை ஒற்றைப் பண்பாட்டுச் சமுதாயமாக உணரும் மாயயைச் செய்கின்றன. திருவிழாக்களுக்கும் பண்பாட்டு அடையாளம் உண்டு, படிநிலைகள் உண்டு. ஒவ்வொரு திருவிழாவும் ஒரு பண்பாட்டைச் சார்ந்திருக்கும். ஒரு அடையாளம் மட்டும் சமுதாயத்தின் பொது அடையாளமாக மாறுவதில் அரசாங்கம் ஏன் முனைப்புக் காட்ட வேண்டும்? எந்த ஒரு அடையாளத்தையும் தன் பங்கேற்பால் அரசாங் கம் ஏன் பொது அடையாளமாகக் கட்டமைக்க வேண்டும்?

திருவிழாவை நடத்துவதும் அதைக் காட்சிப்படுத்துவதும் வெவ்வேறு. கோயில் விழாக்களுக்கான விளம்பரமே அவற்றைக் காட்சியாக்கும். மார்கழித் திருவாதிரைக்கு விளம்பரம் வேண்டுமா? சுவாதியில் கொடி யேறி ரோகிணியில் தேரோட்டம் என்பதற்கு ஏன் விளம்பரம்? நீங்கள் தேர்த் திருவிழா பார்க்கப் போனால் அதையல்ல, அப்படி ஒரு காட்சி யைத்தான் பார்க்க முடியும். தேரும் சாமியும், தேரை இழுக்கும் பக்தர்க ளும், காண வரும் நீங்களும் நானும், கலந்துகொள்ளும் அதிகாரிகளும்கூட அந்தக் காட்சியில் பாத்திரங்களாகிவிடுவார்கள். ‘‘அசைந்து வரும் தேரின் அழகைப் பாருங்கள்’’ என்று ஒருவர் வர்ணிப்பார். அவர் கண்கள் வழி யாகத்தான் நீங்கள் அதைக் காண முடியும். உங்கள் கண்களை இழுத்து இழுத்து ஆங்காங்கே பொருத்துவார். நம்மால் ஒருபோதும் திருவிழா பார்க்க முடியாது. என்னையும் என் சுவாமியையும் விட்டுவிடுங்களேன் என்று கத்த வேண்டும்போல் இருக்கிறது!

நாம் காண்பதெல்லாம் காட்சிதானே? திருவிழா மட்டும் எப்படிக் காட்சிப் பொருளாகும் என்று நீங்கள் கேட்கலாம். வேண்டும்போது அலக்கால் தேங்காய் பறித்துக்கொள்ள உங்கள் வீட்டில் ஒரு தென்னை மரம். அதே தென்னை பூங்காவில் இருந்தால் அது தன்னையும் காட்சிப் பொருளாக்கி, பூங்காவின் காட்சித் தன்மைக்கும் பங்களிக்கும். அதன் தேங்காய் கொட்டிவிட்டால் எங்கிருந்தாவது ஒரு தென்னங்குலையைக் கொண்டுவந்து அதில் கட்டிவிட வேண்டும். அப்போதுதான் தென்னை என்ற அடையாளம் முழுமையாகும். அப்படித் தேரையும் சாமியையும் கோயிலையும், திருவிழாக்களையும் ஒரு படச்சட்டத்துக்குள் வைத்துவிடு கின்றன நம் நடவடிக்கைகள். விளம்பரச் சட்டத்துக்குள் வைத்த திரு விழாக்களும் காட்சிக்கு வரைந்த படங்களாகின்றன.

தேர் ஒரு பாவனை. தேர்க் குதிரைகள் அழகான பாவனை. சாரத்தியம் செய்யும் பிரம்மா அந்த பாவனைக்கு வலுசேர்க்கும் பாவனை. சாமியும் பாவனை. எங்கள் ஊர் பெருமாள் ராஜகோபாலன், என் மனதுக்குள் அவரும் நானும் மட்டுமே அறிய வந்த பாவனை. அவரே சூரிய பிரபை யில் நின்றுகொண்டு குழலூதும் கண்ணனாக வருவதும் கண்கொள்ளா

பாவனை. அப்போது ஒலிபெருக்கியில் புல்லாங்குழல் சங்கீதம் வருவது போல் செய்தால் அது என் மனதுக்குள் கேட்கும் பாவனை, சங்கீதத் துக்கு நீங்கள் செய்யும் வன்முறை. இறைவன் எப்போதும் பார்த்துக் கொண்டுதான் இருக்கிறான். சிவாச்சாரியார் சிவலிங்கத்துக்குக் கண்கள் வரைந்தால் அவர் அதைக் காட்சிப்படுத்தி, இறைவன் பார்க்கிறான் என்ற என் பாவனையைக் கலைக்கிறார். யாராவது கோயில் தேரில் நிஜக் குதிரைகளைப் பூட்டுவார்களா? ●

— O —

8

கோயில்கள் கலாச்சாரப் பண்டங்களா?

கோயில் சொத்துகளுக்கு அறநிலையத் துறை பொறுப்பு. ஆனால், கோயில்களே கலாச்சாரச் சந்தையின் வணிகப் பண்டமாகிவிட்டால் அந் தத் துறைதான் என்ன செய்ய முடியும்? கோயில்கள் இருக்கும். இருந்து கொண்டே அவை கலாச்சார நுகர்பொருளாக விலையாகிக்கொண்டும் இருக்கும். இந்த மாயச் சந்தையில் தானும் கலந்துகொள்வதைத் தவிர அற நிலையத் துறைக்கு வேறு வழியில்லை.

திலீப் குமாரின் 'ரமாவும் உமாவும்' என்ற குறுநாவலில் ஒரு பாத்திரம் ''கடவுளைப் பிரார்த்திப்பதைவிடக் கையாள்வதுதான் சிரமமானது'' என் பார். அறநிலையத் துறை அந்தச் சிரமத்தின் தன்மையை அறியாது.

மதுரை மீனாட்சி அம்மன் கோயிலில் அண்மையில் ஒரு தீ விபத்து. கோயிலுக்கு முன் கூடிய பெண்கள் வாய்விட்டுக் கதறினார்கள். தரையில் தலைவைத்து ஒரு பெண் அழுவது நாளேட்டில் படமாக வந்தது. கண் ணிமைப்பில் விண்மீன்களாகப் புவனங்களை வானத்தில் பூக்கச் செய்யும் மீனாட்சிக்கு எதுவும் நேராது. அந்தப் பெண்களுக்கும் இந்த நம்பிக்கை இல்லாமலிருக்காது. கடைகள் எரிந்து, பழமையான மண்டபமும் சேத மானது எவ்வளவு இழப்பு என்று கணக்கிடவும் தோன்றியிருக்காது. அவர் களுக்கு இவ்வளவு துயரம் பிறகு எப்படி வந்தது? ''யாரை நான் குறை சொல்வேன்? எதைச் சொல்லிப் புலம்புவேன்? இதையுமா பார்ப்பதற்கு இருந்தேன்!'' என்ற வகையைச் சேர்ந்தது அவர்களின் துயரம். தன்னால் பொங்கிவரும் துயரின் தூய்மைக்கு அறநிலையத் துறை அஞ்ச வேண்டும். நிழலா, நிஜமா என்று நமக்குத் தெரியாத சூட்சுமமான மனவெளியில் மலைகளாக நிலைபெற்றிருக்கின்றன கோயில்கள். அவற்றை நிர்வகிக்க லாம். ஆள முடியாது. அதுவும் சட்டத்தைக் கொண்டு ஆள முடியாது.

மீனாட்சி கோயில் நிகழ்வு அறநிலையத் துறை தன்னை விரிவாகவே பரிசோதித்துக்கொள்வதற்கான வாய்ப்பு. கோயிலுக்குள் கடைகள் என் பது எப்போதாவது பிரச்சினையாகலாம். ஆனால், கலாச்சாரச் சந்தையில்

கோயில்களே நுகர்வுப் பண்டங்களாவது பண்பாட்டுச் சிக்கல். இறை நம்பிக்கை இன்மை என்ற தளத்தில் நின்றுகொண்டு இதை நான் சொல்லவில்லை. அந்த நம்பிக்கைக்கு உள்ளேயே நின்றுகொண்டு ஊன் றிப் பார்ப்பவர்களுக்கு என்ன தோன்றுமோ அதைச் சொன்னேன்.

நீரோடையின் கீழே மணல் ரேகை

அறநிலையத் துறை வழக்கமான அரசுத் துறைகளைப் போன்றதல்ல. அது ஒரு சட்டத்தின் வழியாகப் பிறந்தது. அரசின் கட்டுப்பாட்டைத் தவிர்த்து அந்தத் துறைக்குத் தன்னாட்சி வழங்கும் நோக்கத்தோடு சட் டம் துவங்குகிறது. தன்னாட்சி வழங்கும் நோக்கத்தை அடுத்தடுத்து வந்த சட்டத் திருத்தங்கள் புரிந்துகொள்ளவில்லை அல்லது தெரிந்தே புறக்கணித்திருக்கலாம். துறையின் கட்டுப்பாட்டில் இருந்தாலும் கோயில் களை அவற்றின் அறங்காவலர்கள் நிர்வகிக்கும் சுதந்திரம் உண்டு. அறங் காவலர்கள் பொதுமக்களின் பிரதிநிதிகள் என்பதால் கோயில் நிர்வாகத் தில் பொதுமக்கள் பங்கேற்கிறார்கள். எந்த நிர்வாகத்திலும் பொதுமக்கள் பங்கேற்பு என்பது ஒரு முக்கியமான ஜனநாயகக் கோட்பாடு. அரசின் நடவடிக்கைகள், சட்டங்கள், விதிகள்—இவை எதுவானாலும் அவை பொதுமக்களின் பங்கேற்பைக் கூட்டலாமே தவிர அதைக் குறைப்பதோ, விலக்குவதோ ஆதாரக் கோட்பாட்டுக்கு எதிரானது.

கோயில் மரபின் பன்மைத்தன்மையை ஏற்பதுபோல் சட்டத்தில் ஒரு ஏற்பாடும் இருக்கிறது. விரும்பும் கோயில்கள் பொதுவாகச் சட்டத்தில் உள்ள நிர்வாகமாக இல்லாமல் தங்களுக்குத் தனி நிர்வாகத் திட்டத் தைப் பெற்றுக்கொள்ளலாம். அப்படித் தனி நிர்வாகத் திட்டத்தைப் பெற்றுக்கொண்டவை அந்தத் திட்டத்தின்படியே நிர்வகிக்கப்படும். இப் படி அந்தத் துறையும் அரசிடமிருந்து சற்றுத் தள்ளிச் சுதந்திரமாக நிற்கும், அதன் கட்டுப்பாட்டிலிருக்கும் கோயில்களும் ஓரளவு சுதந்திரமாக இயங் கும். இதுதான் தெளிந்த நீரோடையின் அடியிலிருக்கும் மணல் ரேகை யாக அந்தச் சட்டத்தில் தெரியும் மைய நோக்கம். இப்போது அது கலங் கிய நீர். தெளிவுக்காக நான் வந்தேன் என்று சொல்லிக்கொண்டு இந்தச் சட்டத்தின் திருத்தங்கள் முன்பு இருந்ததை மேலும் குழப்பிவைத்தன.

கோயில் நிர்வாகத்தில் மக்களுக்குப் பங்கு வேண்டும் என்ற நோக்கத்தில் தான் அறங்காவலர்கள் குழு. ஆனாலும், குழுவின் தீர்மானங்களை அந் தந்த மட்டத்து அதிகாரிகள் நிறுத்தி வைக்கலாம், அவற்றை மறுபரி சீலனை செய்யச் சொல்லலாம். மறுபரிசீலனை செய்து, திருத்தி வரும் தீர் மானங்கள் அதிகாரிகளின் உத்தரவுக்கு இணக்கமாக இல்லையானால் அதி காரிகள் தாங்களே உத்தரவு பிறப்பிக்கலாம். அந்த உத்தரவுகளே இறுதி

யானவை. ஏதோ ஆகாத மாநிலத்துக்கும் ஆளுநருக்கும் உள்ள உறவு போல் இது தோன்றும். அறங்காவலர் குழுவின் தீர்மானங்களை ஒதுக்கி விட்டு அதிகாரிகள் தாங்களே தீர்மான விஷயம்பற்றி உத்தரவு பிறப் பிக்கலாம் என்றால் அறங்காவலர் குழு எதற்கு?

சட்டத்தில் இருக்கும் சாதுரியங்களைச் சாமானியர்களான நாம் குறை சொல்வது முறையாகாது. அடுத்தவருக்கு அதிகாரம் கொடுத்ததுபோல இருக்க வேண்டும். ஆனால், அது தன்னை விட்டுப் போய்விடவும் கூடாது. அவ்வப்போது ஆட்சிக்கு வருபவர்கள் தங்களுக்குப் பிடித்தமானதைச் சட்டத்தில் அள்ளிச் செருகியிருந்தால் அறநிலையத் துறைக்கு அது எப் படி வழிகாட்டும்? தான் பிறந்த 1959இலிருந்து இதுவரை 49 முறை திருத்தப்பட்டிருக்கிறது இந்தச் சட்டம். 1817இலிருந்து 1959இல் இன் றைய சட்டம் இயற்றப்படும்வரை, கோயில் நிர்வாகம் ஒன்றன்பின் ஒன் றாக நான்கு சட்ட நெறிமுறைகள் அல்லது சட்டங்களின் வழியாக நடந் தது. காவிரிப் படுகையில் பெருங்கோயில்களாக ஊருக்குப் பத்துக் கோயில்களாவது இருக்கும். தெருவுக்குத் தெரு இரண்டு கோயில்கள் இருக்கும். ஊரிலோ தெருவிலோ இல்லாத கோயில்களும் ஏராளம். மக்க ளின் நம்பிக்கை எடுத்துக்கொள்ளும் வடிவங்கள் இவை. இந்த வடிவங்கள் மேலும் வந்த மேனிக்கு இருக்கின்றன. அரசியல் அதிகாரம் அவ்வப்போது சமுதாயத்தில் வெவ்வேறு தளங்களில் மையம் கொள்வது வழக்கம். ஆங்கிலேயர்கள் நமக்கு அளித்திருந்த அரசியல் அதிகாரத்தைக் கொண்டு 1927இல் கோயில் நிர்வாகம்பற்றி நாமே ஒரு சட்டம் செய்துள்ளோம். முக்கால் நூற்றாண்டுக்கு மேலாகிவிட்டது. இன்றுவரை தமிழகத்தின் அரசியல் அதிகார மையங்கள் எவையும் கோயில் மரபோடு தங்களுக்கே புலனாகும் ஒரு நிச்சயமான சித்தாந்த உறவை ஏற்படுத்திக்கொண்ட தில்லை. அறநிலையத் துறைக்கு மக்களின் கலாச்சார நடவடிக்கைகளோடு அன்றாடத் தொடர்பு உண்டு. இந்தத் தன்மையிலான நிர்வாகம் சித்தாந் தத் தெளிவுக்குத் தேவை ஏது என்பது போல் நடைபெற முடியுமென்பது ஆச்சரியம்.

ஆர்ப்பாட்டம் ஆலயமாகாது

சிதம்பரத்துக்கு அருகில் சிவபுரி என்ற சிவத் தலம். ஒருமுறை அந்திப் பூஜையின்போது அங்கு இருந்தேன். பூஜை முடிந்தது. சிவபுரி பத்மநாபன் என்ற நாகசுரக் கலைஞர் ஒரு கீர்த்தனையை வாசித்துக்கொண்டு பிரா காரத்தில் மெல்ல வலம் வந்தார். தவில் இல்லை. நான் அவருக்குப் பின் னால் நடந்துகொண்டிருந்தேன். மின்விளக்குகள் ஒன்றிரண்டுதான். எண் ணெய் விளக்குகளும் அதிகமில்லை. காதுக்கு எட்டும் இசையும், கால்

பாவும் கல்லும், கண்ணுக்குப் படும் விளக்கும் தங்களுக்கென்று உடம்பைப் பெற்றவை. மனம் மட்டுமே பற்றக் கூடியது தனக்கென்று ஒரு உடம்பைப் பெறாதது. இவை இரண்டு வகையும் அன்றைக்கு அதுஅதுவாக இல்லாமல் முக்கால் மணி நேரம் ஒன்றுக்குள் ஒன்றாக முயங்கிவிட்டன. இந்த இசைவில் வந்த இசையைக் கண்ணால் பார்த்தேன். இசை உருவானது, பின்னர் அதை இறைவன் கேட்டார் என்பதாக அன்று இல்லை. இறைவன் காதுக்குக் கேட்டதால் அது இசையாகப் பிறந்தது. இந்த அனுபவம் பின்னர் எனக்கு வாய்க்கவில்லை. அது 1972. அப்போது வரை கோயில்கள் நமது கலாச்சார நுகர்பொருளாக மாறியிருக்கவில்லை. அந்தச் சிறிய கோயிலுக்கு இப்படி ஒரு மகத்தான இருப்பு. அடக்கத்தின் தெய்வீகத்தில் இருந்த ஆலயங்கள் இன்று ஆர்ப்பாட்டமான கட்டடங்களாகின்றன. அங்கே எதுவும் ஒன்றோடு ஒன்று பொருந்துவதில்லை.

கலாச்சாரச் சந்தை

இன்ன பரிகாரத்துக்கு இன்ன தலம் என்று கோயில்கள் இருந்தன. இப்போது சர்வ பரிகாரத் தலம் ஒன்று வந்துள்ளது. அது திருவாரூர் என்று சொல்கிறார்கள். இன்னொன்றில், எந்த நாட்களில் வழிபாடு செய்தால் இகத்திலும் பரத்திலும் என்ன கிடைக்கும் என்பதைக்கூட விவரமாக எழுதியிருப்பார்கள். கலாச்சாரச் சந்தையில் புண்ணியம் என்ற நம்பிக்கை ஒரு விளம்பரமாக மாறிக்கொள்வதும், அது கோயில்களை நுகர்வுப் பண்டங்களாக்குவதும், நாம் அதன் நுகர்வோர்களாவதும் கோயில்களுக்கே பகை. பிராகாரத்தில் துணை தெய்வங்கள் தங்களைப் புதிதாகக் கண்டுபிடித்துக்கொள்கின்றன. ஒரு பரிகாரப் பின்புலத்தைப் பொருத்திக் கொண்டு தங்களுக்கு வேண்டிய நுகர்வாளரை அவை படைத்துக்கொள்ளும். மேம்பாட்டுப் பணி என்று கோயிலுக்குள் பெரும் கூரை வளைத்து மண்டபங்கள். அவற்றின் பகட்டே விளம்பரமாகிவிடுகிறது. திருவிழாக்களுக்கும் பெருவிழாக்களுக்கும் சுவரொட்டிகள் உண்டு. நான் அந்த விளம்பரங்களைச் சொல்லவில்லை. அந்த விழாக்களே விளம்பரங்களாக உருமாறித் திருவிழாக்கள் மெய்மை இழக்கின்றன.

கோயில் சொத்துகளை அபகரித்துக்கொள்கிறார்கள் என்று புலம்புகிறோம். அவற்றை மீட்க வேண்டும் என்று போராடுகிறோம். கோயில் சொத்துகளை நாம் மீட்டுக்கொண்டே இருக்கலாம். அவை மீண்டும் மீண்டும் தொலைந்துகொண்டுதான் இருக்கும். தெய்வங்களும், அவற்றைப் பற்றிய என் மனப்பிம்பமும், என் நம்பிக்கையுமே சந்தைச் சரக்காகும்போது தெய்வங்களின் சொத்துகள் மட்டும் அறக்கட்டளை என்ற புனிதங்களாக நிலைக்குமா?

கோயிலுக்கு எதைச் செய்தாலும் அதுவே கலாச்சாரச் சந்தை ஒன்றை உருவாக்கும் விந்தை ஒன்று வினையாற்றுகிறது. அங்கே கோயில் தானாகவே நுகர்வுப் பொருளாகிறது. இப்படி ஒரு கலாச்சாரச் சூழல் உருவாகிவிட்டதே என்று அறநிலையத் துறை அஞ்ச வேண்டும். செய்யத் தகுந்தவை, தகாதவை என்பதை அச்ச உணர்வின் அடிப்படையிலா அதிகாரிகள் முடிவு செய்வார்கள்? அவர்கள் அறிவின் அடிப்படையில் தானே செயல்பட வேண்டும் என்று உணர்வுக்கும் அறிவுக்கும் பேதம் காட்டாதீர்கள். நியாயம்பற்றிய நம் அறிவின் ஆரம்பமே உணர்வுதான். இந்தக் கலாச்சாரச் சந்தை மும்முரமாக இயங்கும்போது கோயில் நிலங்களையும் கடைகளையும் மீட்டு என்ன பயன்? கோயில்களையே கலாச்சார நுகர்வுப் பண்டமாக்கி விலை கூறுகிறோமே! ●

— 0 —

9
இலக்கியமும் இதர பாடங்களும்

"இதைப் படித்து என்ன செய்யப் போகிறாய்?" என்று இலக்கியம் படிக்கும் மாணவரைக் கேட்பார்கள். இலக்கியத்தைப் பாடமாகப் படிப்பவர் 'ஏறா முட்டுக்கு நீர் இறைக்கும் தேறாதவர்' என்றே உலகம் நிச்சயித்திருக்கிறது. இலக்கியம் படிப்பவர் இதர பாடங்களைப் படிப்பவர்போல், "நான் பொறியாளராவேன், மருத்துவராவேன்" என்று உலகம் அறிந்த தொழில் எதுவும் தனக்கு வாய்க்க இருப்பதாக அவர் சொல்லிக்கொள்ள முடியாது. "நமக்குத் தொழில் கவிதை" என்று பாரதியைப் போல் தனக்கும் இலக்கியத்துக்கும் சேர்த்து ஒரு தொழில் உயர்ச்சியைச் சமுதாயத்துக்குப் பிரகடனம் செய்ய எல்லோராலும் முடியுமா?

இப்படி, மற்றவர்களுக்கு எப்போதுமே ஏற்படாத தத்துவ நெருக்கடி இலக்கிய மாணவர்களுக்கு அடிக்கடி ஏற்படும். அவர்களுக்கு அந்த நெருக்கடியைக் கொடுப்பதில் உலகத்துக்கு ஒருவித இன்பம் உண்டு. முரட்டுத் தனமாக, 'நீங்கள் உதவாக்கரை' என்று அவர்கள் முகத்துக்கு நேரே உலகம் சொல்லிவிடாது. 'மாணவர்கள் வாழ்க்கைக்குப் பயன்படும் கல்வியைக் கற்க வேண்டும்' என்று படர்க்கை இங்கிதத்தோடு சொல்லிப் பாடங்களை 'பயன்' அடிப்படையில் தரவரிசைப்படுத்தும் கோட்பாட்டையும் காட்டித்தரும். இலக்கியம் வாழ்க்கைக்குப் பயன்படாது என்ற கசப்பான உண்மையைத் தன் வாயால் சொல்லாமல் அவர்கள் ஊகத்துக்கு விட்டுவிடும். 'சொல்வது சரிதானே!' என்று உலகம் சொல்வதை ஒத்துக்கொள்ளும் மனஉறுதி இல்லாத இலக்கிய மாணவர்கள் இருக்கிறார்கள். 'இலக்கியத்தால் உண்மையில் என்னதான் பயன்?' என்ற தத்துவ விசாரத்தில் சில பிடிவாதக்காரர்கள் ஈடுபட்டு, அதை எதிர்பார்த்தே வஞ்சக உலகம் விரித்த வலையில் சிக்கிக்கொள்வதும் உண்டு.

இவ்வளவு தெரிந்தும் நம் கல்வித் திட்டம் இலக்கியத்தை ஒதுக்கி விடுவதில்லை. பயனில்லாத இலக்கியம் பயனுள்ள பாடங்களுக்குத் தேவையான நேரத்தை வீணாக்குகிறது என்று முணுமுணுப்பதற்கு மேல் கல்வி

யாளர்கள் இலக்கியத்துக்கு எதிராக எதுவும் செய்ய மாட்டார்கள். இந்த நிலவரங்களால் இலக்கியத்துக்குப் பெரிய ஆபத்து ஏதும் இல்லை. 'பயன்' என்றால் என்ன என்று அறிவியலை மட்டுமே வைத்து நிச்சயிக்க முடியாது என்பது அறிவியலாளர்களுக்கே தெரியும். இலக்கியப் பாடத்துக்கு அது ஒரு பாதுகாப்பு.

இலக்கியத்துக்கு எங்கிருந்து கேடு?

இலக்கியத்துக்கு உண்மையான கேடு அதை இலக்கிய மாணவர்கள் எப்படிப் புரிந்துகொள்கிறார்கள் என்பதில் இருக்கிறது. அது அறிவியலைப் போல், உளவியலைப் போல், வரலாற்றைப் போல் உண்மையின் சாயலையாவது பெற்றால்தான் பயனுள்ளதாகும் என்பது சிலரின் முடிவு. அறிவியலின் சிந்தனை முறைதான் தானும் போக வேண்டிய தடம் என்று நம் இலக்கியச் சிந்தனையும் அதிலேயே பயணிக்கிறது. நாற்காலிக்குக் கால் நான்கு என்ற வகையைச் சேர்ந்த உண்மைகள் இலக்கியத்தில் இல்லை என்றால் அதற்கு மதிப்பில்லை என்று பயப்படுகிறோம். இப்படித்தான் இலக்கியத்துக்குக் கேடு பிறக்கிறது.

''புறநானூற்றின் திணைகள் ஐந்து, பதினொன்று, பத்து—இவற்றில் எது சரி?'' இது பாடப் புத்தகத்தில் உள்ள மாதிரி வினா. பழக்கமான வானவியல் கேள்வி உங்கள் நினைவுக்கு வரும்: ''தன் பாதையில் பயணிக்கும் பூமியின் வேகம் வினாடிக்கு 25 கி.மீ., 28 கி.மீ., 30 கி.மீ.—இதில் எது சரி?'' இந்த வானவியல் கேள்விக்கும் புறநானூறுபற்றிய கேள்வியின் வடிவமைப்புக்கும் என்ன வேறுபாடு? மொழியில் இருக்கும் மற்றவற்றைப் படிப்பதற்கும் அதில் உள்ள இலக்கியத்தைப் படிப்பதற்கும் வழிமுறைகளில், நோக்கத்தில் வேறுபாடே இல்லை என்பதுபோல் கற்றலும் கற்பித்தலும் தேர்வு முறையும் இருப்பதனால் அறிவியலை அறிவியலாக்குவது எதுவோ அதுவேதான் இலக்கியத்தை இலக்கியமாக்குகிறது என்ற தவறான அனுமானம். கம்பர் எந்த நூற்றாண்டில் வாழ்ந்தார் என்ற கேள்வியும், அக்பர் எப்போது அரசாண்டார் என்பதும் ஒரே வகைதானே? இலக்கியம் தகவலுக்காகப் படிப்பதல்ல. உப்பு தண்ணீரில் கரையும் என்று தெரிந்துகொள்வது போன்றதல்ல இலக்கிய ரசனை. நீரில் போட்ட உப்புக்கல் அதில் கரைந்துவிட்டால் நாம் நல்ல கவிதையைக் கேட்கும்போது சொல்வதுபோல் ''ஆகா!'' என்று சொல்வதில்லை. உப்பு தண்ணீரில் கரைவதைக் காண்பதற்கு நம்மிடம் எதிர்வினை ஏதும் இருக்காது என்பதல்ல வாதம். அதற்கு வரும் எதிர்வினை வேறு வகை.

ஒன்றுதானா மொழி?

அன்றைய வரலாறு, வாழ்க்கைமுறைகளைப் புறநானூற்றால் அறியலாம் என்று சொல்வது புத்தகங்களின் வழக்கம். இதையே, "இலக்கியத்தை இலக்கியமாகப் படிக்கக் கூடாது. அதை வேறு எதுவாக வேண்டுமானா லும்—வரலாறு, சமூகவியல், பொருளியல், உளவியல், என்று உங்கள் ஆய்வு மோகப்படி எதுவாகவும் நீங்கள் படிக்கலாம்" என்று சொல்லி விடலாம். இலக்கியப் படைப்புக்குள்ளே இருக்கும் மனித வாழ்க்கை அதற்கு வெளியே இருக்கும் அன்றாட மனித வாழ்க்கையின் நீட்சியல்ல. 'வருவார், அழைத்து வாடி' என்று வள்ளலார் பாட்டு ஒன்று உண்டு. ஆனால், சென்று அழைக்கவும், வரவும் யாரும் இருப்பதில்லை. யார் கூப்பிடுகிறார், யாரைக் கூப்பிடுகிறார், தூது போகப்போவது யார் என்ப தெல்லாம் வாசகர்கள் அறிய வேண்டியவை அல்ல. அந்த விவர அறிவு தரும் இன்பத்தையும் நாம் அங்கே தேடுவதில்லை. 'பந்தை மேலே விட்டெறிந்தால் அது தரைக்கு வரும்' என்ற தொடரை ஆராய்ந்து நிரூபிப்பதுபோல் 'வருவார், அழைத்து வாடி' என்பதை ஆராயவோ, நிரூபிக்கவோ முடியாது. அவ்வாறான நடவடிக்கைக்கு அது உரியதல்ல. இலக்கியம் நம் கலாச்சாரச் செயல்பாடு. இலக்கிய மொழியும் இதர பாடங்களின் மொழியும் வெவ்வேறு. இலக்கியத்தைப் படிக்கும் முறையும் வேறு.

இலக்கிய மொழிபற்றிப் பேசும்போது அணியலங்காரம் போன்றவற் றையே சொல்கிறேன் என்று நினைக்கக் கூடாது. அணியலங்காரம் இலக் கிய மொழியின் வெளிப்படையான அடையாளம். பள்ளியில் படிக் கும்போது பகவத் கீதைக்கு உபய வேதாந்தி லக்ஷ்மணாச்சாரியார் எழுதிய உரைக்கொத்து ஒன்றை வகுப்புத் தோழர் வேணுகோபாலன் படிக்கக் கொடுத்தார். 'மதிமுகம்' என்று சொன்னார்கள். தன் மனைவியின் முகத் தைக் கிரகணம் பிடித்துக்கொள்ளுமோ என்று பயந்து அவளை வீட்டுக் குள் ஒளித்துவைத்தான் அந்த ரசிகன்! என்பதாக உரையில் வரும். ஏழாம் வகுப்பில் இருந்தேன் என்று நினைவு. தேன் சொட்டும் மலர்களால் தொடுத்த மாலையை அணிந்திருந்தான் என்ற பொருள் தரும் ஒரு செய் யுள் வரி. எனது ஆசிரியர் குருமாணிக்கம், "இதை ஆராய்ந்து அப்படி இருந் தால் ஈ மொய்க்குமே என்று கேட்கக் கூடாது. இது இலக்கிய வழக்கம்" என்றார். இதைப் போன்ற இலக்கிய மொழியின் வெளிப்படையான அடையாளங்களைப் பள்ளியில் கற்பிக்கிறார்கள். நான் அதைச் சொல்ல வில்லை. 'ஒரு ஊரில் ஒரு ராஜா" என்று துவங்கும் படியைப் படிக்கும் போது 'எந்த ஊரோ? என்ன பெயரோ?' என்று கேட்பதில்லை. இது

கதை மொழி என்று அந்த மொழிக்குத் தயாராகிவிடுவோம். நான் அதை யும் சொல்லவில்லை. நான் பேசுவது இலக்கியத்துக்கும், விவரங்களின் உண்மைக்கும் உள்ள தொடர்புபற்றி.

இறந்துபோன காதலனோடு இணைபிரியாமலிருந்த தன்னையும் சேர்த்துப் புதைப்பதற்குப் பெரிய தாழியாகச் செய்யும்படி ஊர்க் குய வரைத் தலைவி வேண்டுவதாகப் புறநானூற்றுப் பாடல் ஒன்று. அறிவி யல் சிந்தனை மரபில் ஆழ்ந்துபோன நாம் ஒருவர் செத்த பிறகு தாழி வனைந்து, அது காய்ந்து, சுட்டுத் தயாராகும்வரை சடலம் தாங்குமா என்று நினைப்போம். இங்கு கதாபாத்திரம் புனைவு, சம்பவம் புனைவு, வேண்டுகோள் அழகான புனைவு. கற்பனையாக முறிந்தால்தான் இந்தப் புனைவுச் சோலைக்குள் உண்மை நுழைய முடியும்.

ஒரு மலரின் இதழ்களை எண்ணி அறியும் தன்மையிலுள்ள விவர அறிவுக்காகத்தான் இலக்கியத்தையும் படிக்கிறோம் என்பது தவறு. இப் படிச் சிந்திக்கப் பழகியிருப்பதால் இலக்கியத்தில் விவர உண்மையைத் தேடுகிறோம். புனைவுத் தன்மைதான் இலக்கியத்தை இலக்கியமாக்கு கிறது. புனைவாக அடையாளம் காட்டிக்கொண்டுதான் இலக்கியப் படைப்பு தன் இருப்பையே துவக்குகிறது. புனைவு என்றால் பொய் அல்ல, விவர உண்மைக்கு மேம்பட்ட உண்மையைக் கொண்டிருப்பது.

உண்மை வேட்டை

குறுந்தொகைப் பாட்டு ஒன்று பள்ளியில் பாடம். தன்னை மணந்து சென்ற தலைவன் வரவில்லை. தூதும் வரவில்லை. அவர்கள் மணந்த போது மீனைத் தேடிக்கொண்டிருந்த நாரை மட்டுமே அங்கு இருந்தது. இப்போது என்ன செய்வேன் என்று தலைவி சஞ்சலப்படுவதாகப் பாட்டு. ‘சாட்சியாக இருந்தது எது?’ ‘அது ஏன் பயன்படாது?’ என்பவை புத்தகத் தின் மாதிரி வினாக்கள். சாட்சியும் இல்லையே, இருந்த நாரையும வாய் பேசாதே என்று தலைவி வருந்துவது பாட்டின் சங்கதி அல்ல. இலக்கியத் தில் உண்மை வேட்டைக்கு இறங்குபவர்கள்தான் இப்படி நினைத்து அதை இந்திய சாட்சியச் சட்டத்தில் உரைத்துப் பார்ப்பார்கள். யாரைக் கொண்டு என்ன சாதிக்கப்போகிறேன் என்ற நிலையில் அந்தத் தலைவி. அவள் மனநிலையை விவரிக்கும் அழகுதான் கவிதை. “யார் போய்ச் சொல்லுவார்...? அன்னமே, நான் என்ன செய்வேன்?” என்ற கனம் கிருஷ்ண ஐயர் பாட்டு நினைவுக்கு வரலாம். நினைந்தவர் புலம்புதலுக் கும், தூதுவரக் காணாமல் வருந்துவதற்கும் ஒப்பற்ற குறட்பாக்கள் உள் ளன. இலக்கிய மரபில் உண்மையைத் தேடுவது இலக்கியம் படிப்பதாகாது.

புனைவு மரபும் புராணமும்

புனைவை மெய்யாக எடுத்துக்கொள்ளும் விபரீதம் புதிதல்ல. இறையனாரின் பாட்டுக்குத் தருமி பரிசு பெற்றதாகப் புராணம். 'பூக்களிலேயே புழங்கும் வண்டே, என் தலைவியின் கூந்தலைவிட மணமுள்ள மலரை நீ அறிவாயோ?' என்பது பாடல். இது இலக்கிய மரபின் புனைவு. கூந்தலுக்கு மணம் என்பது பொய் என்று வாதிடுவார் நக்கீரர். இலக்கியப் புனைவைப் பிரமாணப் பத்திரத்தின் வாசகமாக எடுத்துக்கொள்ளும் தவற்றை எல்லோருக்கும் முன்பாகச் செய்தவர் அநேகமாக நக்கீரராக் இருக்கலாம். இப்படிச் செய்யும் ஒரு விமர்சனப் போக்குக்கு அவர் குறியீடாகவும் இருந்திருக்கலாம். அவர் ஒரு இலக்கிய மரபை விமர்சிக்கிறார். கூட்டுச்சாலையில் தடம் தவறியதுபோல், அந்த இடத்திலிருந்து பெண்களின் கூந்தலுக்கு மணம் இயற்கையா, செயற்கையா என்று ஒரு அறிவியல் விசாரணை நம் இலக்கியப் புலத்தில் துவங்குகிறது. திருவிளையாடல் புராணத்தில் தருமியின் கதைக்கு அடுத்து வரும் கதைகளைப் பாருங்கள். நக்கீரனுக்கு இலக்கணம் உபதேசித்தது, சங்கப் புலவர்கள் கலகம் தீர்த்தது என்று வரும். நக்கீரன் ஒரு இலக்கியக் கலகத்தைத் துவக்கி, அல்லது இலக்கியத்தில் ஒரு கலக வாசிப்பைத் துவக்கி அதை இறைவன் தீர்த்துவைத்திருக்கிறார் என்பது தெரியும். கலகம் இலக்கியத்தில் வரும் விவரங்கள் உண்மையாக இருக்க வேண்டாமா என்பது பற்றி. தமிழ் இலக்கிய விமர்சன வரலாறு இங்கே துவங்கியது என்று கூறலாம். நக்கீரருக்கு முன்பு வந்தவர்கள் அன்றைய இலக்கியத்தில் தாங்கள் கண்ட இலக்கணத்தைக் காட்டித் தருவதோடு நின்றுகொண்டார்கள். தருமியின் பாடல் வண்டை விளிப்பதாக இருக்கும். உண்மையில் அந்தப் பாடல் வண்டைச் சாக்காக வைத்து வாசகர்களைத்தானே விளிக்கிறது? அந்த இடத்துக்கு வரும்வரை புனைவு இலக்கிய மரபை ஒத்துக்கொண்ட நக்கீரர், கூந்தலின் மணம் என்பதைத் தலைவியின் நலம் புனைதல் என்ற இலக்கிய மரபோடு பொருத்தாமல், யதார்த்த முரண்டுபிடித்ததுதான் வியப்பு.

உண்மை தற்செயல் நிகழ்வு

இதற்கு இணையான நிகழ்வு ஒன்று ஆங்கில இலக்கிய உலகில் உண்டு. ஒரு புனைவு மரபை உண்மை என்று எடுத்துக்கொண்டு மில்டனின் 'லிசிடஸ்' கவிதையை ஜான்சன் குறை கூறினார். மில்டனின் நண்பர் ஒருவர் கடலில் மூழ்கி இறந்துவிட்ட துக்கத்தில் பிறந்தது அந்தக் கவிதை. ஒரு ஆட்டு இடையரின் அகால மரணத்துக்காக மற்றொரு இடையர்

புலம்புவதுபோல் கவிதை அமைந்திருக்கும். போக்காளிக்குப் புலம்பல். இந்த உருவகத்தை நக்கீரர் பாணியிலேயே ஜான்சன் குறை சொல்வார். ''மில்டனும் அவர் நண்பரும் எப்போது ஆடு மேய்த்தார்கள்? உண்மையான துக்கம் இப்படியெல்லாம் கதைக்காது'' என்பது அவர் விமர்சனம். இந்த வகை விமர்சனக் கலகத்தை ஜான்சனுக்கு ஏறத்தாழ ஆயிரத்து ஐநூறு ஆண்டுகளுக்கு முன்பே செய்த பெருமை நக்கீரருடையது.

பொன்னியின் செல்வன் என்ற நாவலில் வரும் ராஜராஜன் சோழர் வரலாற்றில் இருக்கும் ராஜராஜன் அல்ல. இரண்டு ராஜராஜன்களும் அப்படியே அசலாக ஒத்துப்போவதாக அந்த நாவலில் எங்காவது இருந்தால் நாவலாசிரியரின் புனைவுத் திறமை அப்போது சளைத்துப்போனதால் வந்த ஒற்றுமையாக இருக்கும். நான் இப்படிச் சொன்னால் கல்கியையோ, அந்த நாவலையோ குறைத்துப் பேசுவதாக நீங்கள் நினைக்கக் கூடாது. வரலாற்று நாயகர்களையும் நிகழ்வுகளையும் புள்ளிகளாக இட்டு, தலைமுறைகள் மோகித்துக் கிடக்கும்படி கல்கி இழைத்துவைத்த ஆயிரம் புள்ளிப் புனைவுக் கோலம் அந்த நாவல். அவரது சாதனை, கழிக்க வேண்டிய சங்கதிகளைக் கழித்து, சேர்க்க வேண்டிதைச் சேர்த்து வரலாற்றைக் காவியப் புனைவாக மாற்றியதுதான். கல்லில், உலோகத்தில் என்ன இருக்கிறது? அவை எடுத்துக்கொள்ளும் வடிவத்தில்தான் கலை இருக்கிறது.

முல்லைக் கொடி படர்வதற்குத் தன் தேரை விட்டுச் சென்றான் பாரி. இப்படியுமா செய்வார்கள் என்று நாம் நினைப்போம். அவன் ஒரு பந்தல் போட்டுக் கொடுப்பதாக அந்தப் புனைவு இருந்திருந்தால் அறிவியல் சிந்தனை மரபில் வரும் இந்தச் சந்தேகத்துக்குச் சமாதானம் கிடைத்திருக்கும். ஆனால், புனைவு மரபில் வந்த ரசமான இலக்கியம் கிடைத்திருக்காது. செய்யுளை இலக்கிய மரபு வழியாகப் புரிந்துகொள்ள முடியாதபோது தர்க்கச் சிந்தனை ஒரு கதையைச் சொல்கிறது.

சிலப்பதிகாரத்தின் கண்ணகியை நினைத்தால் இப்போதும் நமக்குத் துயரம்தான். பாண்டியன் அவையில் அவள் வழக்கு வென்றதற்குப் பலன் இல்லையே என்று நமக்கு ஒரு தவிப்பு. அந்தத் தவிப்பைத் தணித்துக் கொள்ளும் அவத்தையில் கதைக்கு ஏதாவது மாற்றங்களை முயற்சிப்போமா? இப்போது திரைப்படங்களில் வருவதுபோல் பாண்டியனின் மறு ஆணையோடு தூதுவன் சரியான கட்டத்தில் கொலைக்களத்துக்கு விரைந்து கோவலனைக் காப்பாற்றுகிறான் என்பதாகக் கதைப்போக்கைத் திருப்பச் சம்மதிப்போமா? விதியும் விவாதப் பொருள் ஆகாது, பாண்டியனும் கோவலனும் பிழைப்பார்கள் என்று நம் தர்க்க ஞானம் எதைச் சொல்லிக் கெஞ்சினாலும் நாம் கதைப்போக்கைத் திருத்த மாட்டோம். சிலம்பை நாம் மிகவும் மதிப்பதால் அல்ல. சிலம்பின்காவி

யத் தன்மைக்கு அது பகை என்பதால். இப்படியான திருத்தங்களை ஷேக்ஸ்பியர் நாடகங்களில் சோதனை செய்து தோற்றுப்போனார்கள். காவியங்கள் அவற்றிலிருக்கும் அறிவியல் உண்மையாலோ, தர்க்க வலு வாலோ இலக்கியமாவதில்லை. உண்மையும், தர்க்க வலுவும் இலக்கியத் திலிருந்தால் அது தற்செயல் நிகழ்வு. பாண்டியனைக் கண்ணகி, "தேரா மன்னா!" என்று விளித்தால் "அதெப்படி?" என்று கேட்க மாட்டோம்.

அறிவியல் மரபுச் சிந்தனை வழியாக இலக்கியம் படித்தால் என்ன நேரும் என்பதை நாம் பார்க்க வேண்டும். வாசகர்கள் ஷேக்ஸ்பியர் எழுதிய நாடகம் 'மக்பெத்' படித்திருக்கலாம். மக்பெத் ஒரு கொலை காரன். அவன் ஏன் கொலை செய்கிறான் என்பதற்கு நுணுக்கமாகக் காரணம் சொல்வார்கள். அவனுக்குப் பாவம் உருவெடுத்து காட்சி கொடுத்தது. பாவத்தின் காட்சி அவனைப் பற்றிக்கொண்டவுடன் அவன் வசமிழந்தான் என்று எங்களுக்கு உரையாற்ற வந்திருந்த பேராசிரியர் சொன்னார். நான் அப்போது விதண்டை பேசும் மாணவன். "அப்படி வசமிழந்தவன் தன் எதிரிகளையே தேடிக் கொன்றானே! ஏன் தன் மனைவியைக் கொல்ல வில்லை?" என்று கேட்டேன். "கதையின் போக் கில் கேள்வி அமைய வேண்டும்" என்று அவரிடமிருந்து பதில் வந்தது. கதையைக் கதையாக வைத்துப் படிக்க வேண்டும். அப்படிப் படிப்பதால் வரும் இன்பத்துக்குப் படிக்க வேண்டும். அதில் வருவதை உண்மை என்று கொண்டு அறிவியல் ஞானத்தை அங்கே தேடக் கூடாது. பாத்திரங்களை உண்மை மனிதர்கள் என்று நினைத்து அவர்களின் குணச் சிறப்புகளையும் முரண்களையும் ஆராயும் விமர்சனப் போக்கைப் பார்த்திருப்பீர்கள். இந் தப் போக்கைக் கேலி செய்து, "லேடி மக்பெத்துக்கு எத்தனை குழந்தை கள்?" என்று தலைப்பிட்ட ஒரு கட்டுரை அப்போது பிரபலம். கதாபாத் திரங்களை உண்மை மனிதர்களாக எடுத்துக்கொண்டால் இந்தத் தலைப் புப் பகடியாக முன்மொழியும் ஆராய்ச்சியும் சாத்தியம்தானே!

அறிவியல் மரபுச் சிந்தனையால் மனித அறிவுக்கு வருவது ஒரு ஆதா யம். அதற்கு வரும் மற்றொரு ஆதாயம் இலக்கியப் புனைவாக நிகழும் சிந்தனை. இரண்டும் ஒன்று என்பது இல்லை. எதிரெதிரானது என்பதும் இல்லை. இரண்டும் ஒரே சிந்தனை மரபாக இல்லாமலிருப்பது மனிதனின் மனவளச் சாத்தியங்கள் என்ற அக்கரை தெரியாத பெருங்கடலின் அடை யாளம். ●

— O —

10

யதார்த்தத்தை இலக்கிய நடையில் சொன்ன கலைஞர்

பேசிப் பகிர்ந்துகொள்ளப் பேச்சு வராத துக்கத்தை இரண்டு முறை தமிழ்நாட்டில் பார்த்திருக்கிறேன். 2001இல் கலைஞரைக் கைதுசெய்து சிறைக்குக் கொண்டுசென்றபோதும், அவர் மறைவின்போதும். கையால் தொட்டுவிடலாம்போல் இடத்தை அடைத்துக்கொண்டு இரண்டு முறையும் அந்தத் துக்கம் எதிரே நின்றது.

ஆட்சிக்கு வந்த பிறகு சிலர் அரசியல் பழகுவார்கள். தமிழகத்தில் இது விசித்திரமல்ல. அரசியல்வாதியாக இருந்தே ஆட்சிக்கு வந்திருந்தாலும், அதற்குப் பிறகு சிலர் வெறும் நிர்வாகி ஆவார்கள். நிர்வாகத்துக்கு விதிகள் போதும். அரசியல் சித்தாந்தம் வேண்டியதில்லை. ஆட்சிக்கு வருவதற்கு முன்பும், அதற்குப் பின்பும் கலைஞர் அசல் வார்ப்பான அரசியல்வாதி.

அவராவது அரசியல்வாதி

ஒருமுறை முன்னாள் முதல்வர் பக்தவத்சலம், ''கலைஞராவது அரசியல்வாதி'' என்றார். அரசியல்வாதியின் அடையாளம கொளகையை நடைமுறைபடுத்த ஆட்சி அதிகாரத்தில் வரும் நாட்டம். அந்தக் கொள்கையை ஏற்றவர்கள் யார், ஏற்காதவர்கள் யார் என்பதெல்லாம் வேறு விஷயம். தங்களையும் மீறிச் சிலர் அவரை அரசியல்வாதியாக நேசித்தார்கள்.

பழனிவேல் ராஜன் மதுரையில் கலைஞருக்குப் பிறந்தநாள் விழா ஏற்பாடு செய்திருந்தார். அப்போது கலைஞர் ஆட்சியில் இல்லை. விழாவுக்கு பக்தவத்சலத்தையும் அழைத்திருந்தார். இயலாது என்று சொல்வதற்கு பக்தவத்சலத்துக்குத் தன் முதுமையோடு வேறு காரணங்களும் இருந்தன. ஆனாலும், எதையும் பொருட்படுத்தாமல் விழாவுக்குச் சென்றுவந்தார்.

பல்கலைக்கழகம் வந்த முதல்வர் கலைஞருக்குக் கருப்புக்கொடி காட்ட நூறு மாணவர்கள் நின்றுகொண்டிருந்தோம். காரில் மறுபக்கம் அமர்ந்து வந்தால் அவர் எங்களைப் பார்க்காமலேயே சென்றுவிடலாம். அதைத் தான் நாங்களும் எதிர்பார்த்தோம். அவரோ எங்கள் பக்கமே அமர்ந்து, சிரித்து, கையசைத்துச் சென்றார். எதிராளியைப் பார்த்தவுடன் கையிலிருந்த ஆயுதங்களை நழுவவிட்ட வீரர்களைப் போல் இருந்தது எங்களுக்கு.

கலைஞரின் நகைச்சுவை

என் திருமண வரவேற்புக்குக் கலைஞரும் மாறனும் வந்திருந்தார்கள். கலைஞர் உரையாற்றியபோது நான் அருகிலிருந்த என் மனைவியோடு பேசிக்கொண்டிருந்தேன். "நாம் பேசுவதெல்லாம் இப்போது மாப்பிள்ளை யின் காதில் விழாது" என்று அவர் சொல்ல, நானும் கூட்டத்தோடு சேர்ந்து சிரித்தேன்.

திருவள்ளுவர் நாள் என்று அண்ணாமலைப் பல்கலைக்கழகத்தில் ஒரு விழா கொண்டாடுவார்கள். வள்ளுவரைப் பற்றிப் பேசுவதற்குக் கலைஞர் வந்திருந்தார். அப்போது காங்கிரஸ் கட்சி ஆட்சியிலிருந்தது. துணை வேந் தர் பொறுப்பில் இருந்த பேராசிரியர் எஸ்.பி. ஆதிநாராயணன் கலைஞரை அறிமுகப்படுத்தி ஆங்கிலத்தில் பேசினார். அவர் ஆங்கில நடை இன்னும் கொஞ்சம் பேச மாட்டாரா என்று கேட்பவர்களை ஏங்கவைக்கும். அசத்து வதற்காக மற்றவர்களைப் போல் தன் மொழியில் எதையும் வலிந்து திணிக்க மாட்டார். எளிய சொற்களில் நளினமான நகைச்சுவையும் இயல் பான ஆழமும் இருக்கும். "தயவுசெய்து அரசியலைத் தவிர்க்கவும்" என்று கலைஞரைக் கேட்டுக்கொண்ட பேராசிரியர், மேடையிலிருந்து இறங்கி வந்து மாணவர்களோடு அமர்ந்துகொண்டார். பேராசிரியருக்கு நன்றி சொல்லிவிட்டுக் கலைஞர் பேசத் துவங்கினார். "உங்கள் அன்புக்குரிய பேராசிரியர் அரசியலைத் தவிர்க்கும்படி கேட்டுக்கொண்டார். வள்ளு வரைப் பற்றிப் பேச என்னை அழைத்தீர்கள். திருக்குறளில் அரசியல் நிறையவே இருக்கிறது. நாங்கள் ஆசையாகப் பேச அழைத்த பொருளை, நீங்கள் ஆர்வமாகப் பேச வந்த பொருளைப் பேசாதீர்கள், அதைத் தவிர்த்துவிடுங்கள் என்றால் நான் என்ன செய்வேன்?" வாதத்துக்காகவோ, ஒரு கேள்வியாகவோ கலைஞர் இதைக் கேட்கவில்லை. நம் சங்கடங்க ளுக்கு நாமே உள்ளுக்குள் ரசித்துச் சிரித்துக்கொள்வது உண்டு. அந்தத் தொனியில் வந்தன அவர் சொற்கள். பேராசிரியரும் மாணவர்களோடு உரக்கவே சிரித்துவிட்டார். கலைஞரின் மொழியில் பாவப் பிரயாசை இருக்காது. ஆனாலும், காத்துக்கொண்டிருந்ததுபோல் நுணுக்கமான சங் கதிகளோடு ஒரு பாவம் வந்து அமர்ந்துகொள்ளும்.

குறள் ஒன்றுக்கு விளக்கம் சொல்லி, உங்களுக்குத்தான் தெரியுமே என்ற பாணியில், தொட்டுக்காட்டும் மென்மையோடு, ''நாட்டில் நல்லாட்சி இல்லையென்றால் வீட்டில் பசு பால் கறக்காது என்று வள்ளுவர் சொல்வதாகச் சொல்கிறார்கள். அப்படியென்றால் நம் வீட்டில் இப்போது பசு பால் கறப்பதில்லையா?'' என்றார். அப்போது காங்கிரஸ் கட்சி ஆட்சியிலிருந்தது. எங்கள் பேராசிரியர் ஆங்கிலத்தைக் கையாள்வதுபோல் தமிழையும் வித்தகம் தோன்றாத வித்தகத்தோடுக் கலைஞரால் கையாள முடியும் என்று கண்டோம். சாமானிய மக்களின் நகை உணர்வை இயல்பாகவே நம்பிப் பேசுவார். உள்ளுக்குள் உற்சாகம் ததும்பினால்தான் இப்படிப் பேச வரும். அதுவே மொழியில் இறங்கும்போது சொல்லுக்குச் சொல் அதற்கு இலக்கியக் கவர்ச்சி ஏறிக்கொள்ளும்.

என் மாமனார் மண்பாண்ட உற்பத்தியாளர் மாநாடு ஒன்றைச் சென்னை ராஜாஜி மண்டபத்தில் நடத்தினார். 1973இல் நடந்த அந்த மாநாட்டுக்குத் தமிழக முதல்வராக இருந்த கலைஞர் வந்திருந்தார். என் மாமனாரைக் குறிப்பிட்டு, ''தியாகி பெருமாள் உடையார் உடையும் பாண்டங்களைச் செய்பவராக இருந்தாலும் உடையாராக இருக்கிறார்'' என்று தன் பேச்சைத் துவங்கினார் கலைஞர். அதற்கு எத்தனையோ ஆண்டுகளுக்குப் பிறகு ஒருமுறை திருநெல்வேலிக்குச் சென்றிருந்தேன். அங்கே அறிமுகமான ஒருவர், ராஜாஜி மண்டபத்தில் கலைஞர் பேசியதைச் சொல்லி, ''கலைஞர் இப்படிக் குறிப்பிட்டவரின் மாப்பிள்ளை தானே நீங்கள்?'' என்று கேட்டார். எந்தப் பேச்சாளரின் சிலேடை சாமானியரின் கூட்டத்திலும் இப்படிச் சோபித்திருக்கும்?

கலாச்சார வறுமை இல்லை

கலைஞர் பிறந்த திருக்குவளை திராவிட ஊர் அமைப்பின் பாணியில் அமைந்த அழகான ஊர். கீழத்தஞ்சையின் பல ஊர்களுக்கு இந்த அமைப்புப் பொதுவானது. ஊரில் பெரிய சிவன் கோயில். கோயில் அளவுக்கு அதன் எதிரே குளம். குளத்து நீரில் கோபுர நிழல். கோயில், குளம், இரண்டையும் சுற்றி நான்கு வீதிகள். தெற்கு வீதியின் நீட்சியான குளத்தின் தென்கரையில் கலைஞரின் வடக்குப் பார்த்த ஓட்டு வீடு. திண்ணை, கூடம், காமரா உள், கசாலை வைத்த வீடு. வீதியின் மேல்கோடியில் அங்காளம்மன் கோயில். ஊரைச் சுற்றி நெல் வயல். ஊருக்குக் காவிரியின் கிளையான அரிச்சந்திர நதி பாசனமாக இருக்கலாம். சிவன் கோயிலை சம்பந்தரும் அப்பரும் சுந்தரரும் பாடியிருக்கிறார்கள். கோயில் ஆயிரத்து இருநூறு ஆண்டுகளுக்கு முற்பட்டது. தருமபுர ஆதீனத்தின் கட்டளைத் தம்பிரான் ஒருவரும் கோயிலின் வடக்கு மட வளாகத்தில் இருக்கிறார்.

ஊர் சுந்தரமூர்த்தி நாயனாருக்கு நெருக்கம். வாள் போன்று கண் படைத்த தன் காதல் மனைவி வாடி வருந்துகிறாள். அவள் வருத்தம் தணிய, திருக்குவளைக்கு அருகிலிருந்த குண்டையூர்க் கிழாரிடம் நெல் பெற்றார் சுந்தரர். திருக்குவளை சிவனின் பூதகணங்களையே ஆட்க ளாகப் பெற்றுத் திருவாரூர் வீதிகளை நெல்லால் நிறைத்துவிட்டார். தங் கள் இல்லத்துக்கு முன்னால் இருந்த நெல்லை அவரவர்களும் அள்ளிக் கொண்டார்கள் என்பது புராணம். திருக்குவளைக்குத் திருக்கோளிலி என்று பெயர். அங்கு ஒன்பது கோள்களும் பிணக்கு இல்லாமல் ஒரே வரிசையில், ஒரே திக்கைப் பார்த்து நிற்கும்.

திருவாரூரோடு சேர்த்து ஏழு விடங்கத் தலங்களைச் சொல்வார்கள். திருக்குவளையும், தெற்கில் நான்கு கிலோமீட்டர் தொலைவில் உள்ள திருவாய்மூரும் அவற்றுள் இரண்டு. இரண்டுக்கும் இடையில் அருண கிரிநாதர் பாடிய முருகனின் எட்டிக்குடி. திருவாரூர் தியாகராஜா கோயில் சன்னதித் தெருவில் கலைஞரின் சகோதரி வீடு. முற்றம் வைத்து, தெற்குப் பார்த்த விசாலமான சுற்றுக்கட்டு ஓட்டு வீடு.

பழைய மரபுகள் என்ன என்றே தெரிந்துகொள்ளும் வாய்ப்பை நாம் இருக்கும் இடமே நமக்கு மறுத்திருக்கலாம். இருக்கும் இடம், சார்ந்திருக் கும் சமூகம், வாழ்ந்த காலம் காரணமாக ஒருவருக்கு நேரும் கலாச்சார வறுமை கலைஞருக்கு இளமையில் இருந்ததில்லை. அதற்காக இந்த இடங் களைப் பற்றிச் சொன்னேன். அந்தக் கலாச்சாரத்தில் அவர் வெறுத்தவை யும் உண்டு, விரும்பியவையும் உண்டு. அது வேறு. அரசியல் உத்தியாக அவரைத் தாழ்த்திப் பேசியவர்களுக்குத் தமிழகச் சமூக வரலாறு தெரியாது.

புதிய ரசனை

நவீனத்துவம் கொண்டுவந்த ஜனநாயகச் சிந்தனை, சமத்துவ வேட்கை, தனிநபர் சுதந்திரம், அறிவியல் மனப்பான்மை—இவையெல்லாம் நம் பண்பாட்டைச் சுயவிமர்சனத்துக்கு அப்போது தயார்செய்தன. திராவிட அரசியலின் சமூகப் பார்வை ஒரு சுயவிமர்சனம். தீவிரச் சமூக விமர்சனத் துக்குப் புதிய மொழி வேண்டும். கொள்கை மட்டும் போதாது. அந்த மொழி தரித்துப் பெருக ஒரு புதிய ரசனை உருவாக வேண்டும். ஒரு மொழியையும் அதற்கான ரசனையையும் உருவாக்கிக்கொண்டது கலைஞ ரின் சாதனை. பழைய மொழி வழியாகவே அந்த மொழியைத் தனக்காக உருவாக்கியிருந்த பழைய சமுதாயத்தை விமர்சிப்பது இயலாது.

வைணவ மரபில் 'வாய் விளக்கம்' என்று சொல்வது உண்டு. சூழ் நிலையின் உணர்வை இழைத்து, கேட்பவர்கள் நெகிழச் சொல்லும் திறமை. கலைஞரின் மொழி இந்த வாய் விளக்கத்தின் உச்சம். அது இலக்

கிய நடையில் யதார்த்தத்தைச் சொல்வது. நீலமேனியில் செம்பவள வாய் போல் பொருளும் மொழியும் ஒன்றால் மற்றொன்று விளக்கம் பெறும்.

கல்லூரியில் அன்றைய பணி முடிந்து வீட்டுக்குத் திரும்பிக்கொண் டிருந்தேன். அது 1976. கலைஞரின் ஆட்சி கலைக்கப்படிருந்தது. நண்பர் கள் சிறையில் இருக்கும் துயரத்தைச் சொல்லி எலியட்ஸ் சாலை யோக லட்சுமி திருமண மண்டபத்தில் கலைஞர் உரையாற்றிக்கொண்டிருந் தார். தான் செய்த தவறுகளாகச் சிலவற்றைச் சொல்லிக்கொண்டே அவை ஒவ்வொன்றையும் "அதற்காக அனுபவிக்கிறேன்" என்று அற்புதமாக முடித்தார். தன் பொல்லாமையைச் சொல்லிப் புலம்பும் ஒரு கதாபாத் திரத்தின் இடத்தில் தன்னை நிறுத்திக்கொண்டு பேசுவது ஒரு இலக்கிய உத்தி. வேறு ஒருவர் இதைக் கையாண்டிருந்தால் எடுபட்டிருக்காது. இலக் கிய மொழியின் அத்தனை அலங்காரமும் அவர் மொழியில் இருக்கும். ஆனால், தன்னை அலங்கரித்துக்கொண்ட மொழியாகவே அது தோன்றாது. மொழி நடைக்கும் பேசும் பொருளுக்கும் இடையே இசை தட்டாத ஒரு இசைவு.

சிந்தனை வேறு, கற்பனை வேறு என்று இரண்டாக, எதிர்எதிரான வையாகப் பார்க்கும் மரபுக்குப் பழகியவர்கள் நாம். கலைஞருக்குக் கற்பனைத் தளத்தில் இயங்கும் சிந்தனை. அவரது மனுநீதி நாள், பூம்புகார் புனரமைப்பு, வள்ளுவர் கோட்டம், சமத்துவபுரம் எல்லாமே இது சிந்தனை, இது கற்பனை என்று பிளவுபடாதவை. இலக்கிய நடையும் யதார்த்தமும் கற்பனையும் சிந்தனையும் கலந்து கல்லிழைத்த கனகச் சரடாவது அரிதான சுவையின் அனுபவம்தானே! •

— 0 —

11

பாடத்துக்குப் பகையாகும் புத்தக மொழி

அதன் மொழியே ஒரு புத்தகத்தைப் பேச்சுத் திறனில்லாத ஆவண மாக்கிவிடும். பள்ளிக் குழந்தைகளின் பாடப் புத்தகங்களை நீங்கள் எப்போதாவது படித்திருந்தால் இதை அப்படியே ஏற்றுக்கொள்வீர்கள். நான் பள்ளிக்கூடங்களின் பயிற்று மொழியைச் சொல்லவில்லை. அது தமிழானாலும் ஆங்கிலமானாலும், அந்தப் பொது மொழிக்கு உள்ளேயே, புத்தக ஆசிரியர் தன் மொழி ஒன்றை உருவாக்கியிருப்பார். அந்த மொழியைத்தான் சொல்கிறேன். தகவல்களை 'வழங்கும்' முயற்சியில் (அப்படித்தானே சொல்ல வேண்டும்?) படங்களையும் அட்டவணைகளையும் பரப்பிவைத்துப் பாடங்கள் தங்களைச் செல்லுபடியாக்க முயலும். படிக்கும் மாணவர்களும் அறிவுக்கூர்மை உள்ளவர்களாக இருப்பார்கள். ஆனாலும், பாடங்களுக்கும் மாணவர்களுக்கும் இடையே எந்தப் போக்குவரத்தும் நடந்திருக்காது.

புத்தகத்திலிருந்து மாணவர்களுக்கு ஏதாவது போகலாம். மாணவர்களிடமிருந்து புத்தகத்துக்கு என்ன போகும் என்று கேட்பீர்கள். தன்னைப் படிக்கும் மாணவர்கள் மனதில் என்ன உருவாகும், அடுத்து அவர்கள் என்ன எதிர்பார்ப்பார்கள், அங்கே எழுந்த சந்தேகத்துக்கு எப்படிப் பதில் சொல்லலாம் என்பவற்றை ஊகித்தவாகிலேயே ஒரு நல்ல புத்தகம் பயணிக்கும். புத்தக ஆசிரியர் தன் மனதில் கற்பனை செய்யும் மாணவர்களிடமிருந்து புத்தகத்துக்குச் செல்லக் கூடியது இதுதான். மாணவர்கள் புத்தகத்தைப் படிக்கும்போது இந்தக் கொடுக்கல் வாங்கல் முனைப்பாக நடக்கும். ஒரு வாக்கியத்தைப் படிக்கும்போது மாணவர்களுக்குத் தோன்றுவதை அவர்கள் மனதுக்குள் புகுந்து கேட்டுக்கொண்டிருந்ததுபோல் அடுத்து வரும் வாக்கியம் அதற்குப் பதில் சொல்லும். இப்படியொன்று இன்றைய பாடப் புத்தகங்களுக்கு இயலவில்லை.

இரும்புத்திரை

பேசத் தெரிந்த பாடப் புத்தகத்தின் மொழி, தான் அங்கு இருப்பதையே காட்டிக்கொள்ளாத கண்ணாடி. புத்தகத்தைப் புரிந்துகொள்வது படிக்

கும் முயற்சியில் நடந்ததாக இருக்காது. எழுத்தை உடைத்துப் பிரித்து உள்ளே இருப்பதை எடுத்துக் கொண்டதாக இருக்காது. வாயில் போட்ட திராட்சைபோல, இருந்ததே தெரியாமல் தங்களை ரசமாகப் பிழிந்துகொள்ளும் தகவல்கள் நேராகக் கிடைக்கும். தாளால் ஆன புத்த கம் எதுவுமே நம் கையில் கனக்கும்தான். பேசாத மொழியாக அதன் மொழி இருக்குமானால் அது சிந்தனையிலும் கனக்கும். இந்தப் பேசா மொழியின் சிந்தனைச் சுமை இல்லையென்றால் பாடச் சுமை என்பது அநேகமாக இருக்காது. புத்தக மொழியின் சுமையில் பாடச் சுமை இரட் டிக்கிறது. பாடப் புத்தகங்களின் மொழி, புத்தகத்தின் தகவல்களுக்கும் படிக்கும் மாணவர்களுக்கும் இடையில் விழுந்த இரும்புத்திரை.

இலக்கியம் படைப்பவர்கள்தான் பாடப் புத்தகம் எழுதலாமோ என்று கேட்பீர்கள். பாடப் புத்தகம் எழுத படைப்புத் திறன் வேண்டும் என்பது உண்மை. ஆனால், பாடப் புத்தகங்கள் இலக்கியப் படைப்புகள் அல்ல. இங்கு நான் ஒரு வேறுபாடுபற்றிச் சொல்ல வேண்டும். மொழி, தான் இருப்பதாகக் காட்டிக்கொள்வது இலக்கியத்தில். என்னைப் பார் என்று அது முன்னால் வந்து நின்றுகொள்ளும். அதைத் தாண்டி அங்கு எதுவும் இல்லை என்பது ஒரு இலக்கியக் கொள்கை. அப்படி நிற்கும்போது அது இரும்புத்திரையாக நிற்காது. கருக்கு அழியாத பட்டுத் துணியைத் தீண் டும் சுகம்போன்ற சுகத்துக்காகவே மீண்டும்மீண்டும் அந்த மொழியைத் தீண்டிப் பார்ப்பீர்கள். அது இடைஞ்சல் என்று விலக்கி ஒதுக்க வேண்டிய திரை அல்ல. அணிந்து, அணிவித்து ஆனந்திக்கும் பட்டு.

நீங்கள் சொல்வதுபோல் பாடப் புத்தகங்கள் இருந்தது உண்டா என்று கேட்கத் தோன்றும். பல தலைமுறை மாணவர்களும் விடாமல் படித்து வந்த பாடப் புத்தகங்கள் இருந்தன. எனக்குத் தெரிந்து கேம்ப்ரிட்ஜ் அல் லது ஆக்ஸ்போர்ட் பதிப்பகம் தமிழில் வெளியிட்டிருந்த அறிவியல் பாடப் புத்தகம் ஒன்று அப்போது பள்ளிகளில் செல்வாக்கோடு இருந்தது.

விரைவாக வந்த வரைவு

வியக்கவைக்கும் விரைவோடு ஒரு வரைவுப் பாடத்திட்டம் வெளி யாகியுள்ளது (2017). இதற்கு முன்னோடியான கல்வித் திட்டத்திலும் குறையில்லை. இதே வேகத்தில் பாடப் புத்தகங்களும் வந்துவிடும். கல்வித் திட்டத்துக்கான குழு, அந்தந்தப் பாடங்களுக்கான துணைக் குழுக்கள், நடந்தவரை பணிகளை அவ்வப்போது பரிசீலிக்கும் கூட்டங்கள் அக்கறை யோடு செயல்பட்டுள்ளன. பாடப் புத்தகங்கள் மாணவர்களோடு தோழமைகொண்டவையாக இருக்க வேண்டுமென்றும் இவை கூறியுள் ளன. புத்தகங்களை எழுதும் குழுக்களில் இதர கல்விமுறைகளில் உள்ள

வர்களைச் சேர்க்க வேண்டும். ஒரு புத்தகத்தின் பாடங்களைத் தனித் தனியானவர்கள் எழுத வேண்டும் என்ற அரிய கருத்துகளையும் சொல்லி யுள்ளார்கள். இப்போதுள்ள புத்தகங்களில் என்ன குறை என்பதையும் தமிழ் மொழிப் பாடத்துக்கான துணைக்குழு ஆராய்ந்துள்ளது. புத்தகத் தில் என்ன எழுத வேண்டும், எவ்வளவு விரிவாக எழுத வேண்டும், யார் எழுத வேண்டும், புத்தகத்தை எப்படி வடிவமைக்க வேண்டும் என்றும் பேசியுள்ளார்கள்.

ஆனாலும், எவ்வாறோ புத்தக மொழி என்பது கண்ணில்படாமல் தப்பியுள்ளது. இலக்கியம் என்று 'அதிகாரபூர்வமாக' (அதுதானே இந்த இடத்தில் நான் போட வேண்டிய சொல்?) அறிவிக்கபட்டவை தவிர மற்ற எதிலும் மொழியின் இருப்பை உணராத நமது கல்வி மரபில் இது நடப்பதுதான். பாடங்களைத் தனித்தனியானவர்கள் எழுதினால் மொழி நடையில், தொனியில் தொடர்ச்சி இருக்காது. இதைக் கவனிக்காதது மொழியின் இருப்பு எல்லா இடத்திலும் உண்டு என்பதை மறந்ததற்கு அடையாளம்.

இரட்டைக் கலாச்சாரம்

பாடத்திட்டம் பற்றிய வேறு சிலவற்றை முதலில் சொல்லிவிடுவோம். நமக்கு எப்படியான சமுதாயம் வேண்டும்? அந்தச் சமுதாயத்தைப் படைப்பவர்களாக மாணவர்களை இந்தப் பாடத்திட்டம் எப்படி உரு வாக்கும்? இப்படியானவற்றைப் பாடத்திட்டம் தெளிவாகக் கண்ட தாகத் தெரியவில்லை. கலைக்கும் பண்பாட்டுக்கும், பகுத்தறியும் திறனுக் கும், அறிவுசார்ந்த விவாதத்துக்கும் உரிய இடம் வேண்டும் என்பதெல் லாம் பாடத்திட்டத்தில் தொலைவில் மினுங்கும் கருத்துகள். ஒரு திரட்சி யைப் பெற்றுப் பெருவெளிச்சமாக மாறும் தத்துவத் திராணி இல்லா தவை. கற்பிக்கும் முறையில் வர வேண்டிய மாற்றங்களைக் கல்வித் திட்டத்தில் வர வேண்டியவையாகக் காணும் குழப்பத்தின் விளைவு. மாணவர்கள் விவாதித்துப் பழக வேண்டும் என்று விரும்பும் பாடத் திட்டம் உளவியல், மெய்யியல், சமூகவியல், தர்க்கம் போன்ற பாடங் களை விலக்கியிருக்கக் கூடாது. பழந்தமிழ் இலக்கியம், வரலாறு, பண் பாடு போன்றவற்றை மையப்படுத்த வேண்டும் என்பது சரியே. ஆனால், நவீனத்துவத்துக்குச் சற்று முந்தைய காலத் தமிழகத்தின் சமூக வரலாறு பாடத்திட்டத்தில் இல்லை. நமது வரலாற்றுக் கல்வியில் இது இன்னும் தூராக் குழியாகவே தொடர வேண்டுமா?

அறிவியலைத் தேர்வு செய்தவர்கள் மேற்படிப்பில் அறிவியலைத் தொடரலாம். கலைப் பாடங்களைத் தேர்வு செய்தவர்கள் மேற்படிப்பில்

அவற்றையே தொடரலாம் என்பது ஏற்பாடு. இப்போதே இப்படி மடை வைத்துப் பிரித்துவிடுவதால் புதிய கல்வித் திட்டம் பெரிய மாற்றம் ஒன்றையும் சாதிக்காது. அறிவியலும் இலக்கியமும் ஒன்றையொன்று விலக்கி ஒட்டு உறவில்லாமல் வளர்ந்த இரட்டைக் கலாச்சாரப் பிளவு இன்னும் விரிவாகும். **1950**களில் சி.பி. ஸ்னோ பிரிட்டனில் துவக்கிய இரட்டைக் கலாச்சார விவாதம் இன்றும் நடந்துகொண்டிருக்கிறது. மனித நாகரிகம் தன் வரலாற்றில் எதிர்கொண்டிருக்கும் தீரா வழக்காக இதைக் கண்டு பாடத்திட்டம் ஒதுங்கக் கூடாது. அறிவியல் படிப்பவர்கள் இரண்டு கலைப் பாடங்களையும், மற்றவர்கள் இரண்டு அறிவியல் பாடங்களையும் இறுதி ஆண்டிலாவது துணைப் பாடங்களாகக் கற்றுக்கொள்ளலாம். கல்விக்கு முடிவே இல்லை என்பது மெய் என்றால், அது துவங்கிய புள்ளியிலிருந்து பயணித்துக்கொண்டே இருக்காமல் பல புள்ளிகளிலிருந்து மீண்டும்மீண்டும் துவங்க வேண்டும். புதிய கல்வித் திட்டம் இதனைப் பேசியிருந்தால் பெரிய மாற்றம் ஒன்றுக்கான சிந்தனையைத் தூண்டியிருக்கும். இங்கே கல்வித் திட்டம் பேசும் சீர்திருத்தங்கள் எல்லாம் மற்றொரு வாய்ப்பைத் தெரிந்தோ தெரியாமலோ நழுவவிட்ட வரலாறுதான்.

பள்ளியே மொழிக்களம்

பாடங்களிலிருக்கும் விவரங்களை மாணவர்களுக்குக் கொண்டுசெல்லும் ஒரு வாகனம் புத்தக மொழி என்பார்கள். ஆனால், நமது சூழல் கொஞ்சம் வேறுபட்டது. வரைவுப் பாடத்திட்டம், தான் விவாதிக்கும் மற்றவற்றோடு புத்தக மொழியையும் விவாதித்திருக்க வேண்டும். மொழி இங்கு இரண்டு பொறுப்புகளைச் சுமக்கிறது. ஒன்று, தகவல் தொடர்புக்கான கருவி என்ற அதன் வழக்கமான பொறுப்பு. மற்றொன்று, தன்னைத் தானே வளர்த்துக்கொள்ளும் பொறுப்பு. புதிய விவரங்களுக்கு ஈடுகொடுத்து அவற்றைப் பேசும்போது மொழிகளுக்கு ஒரு வளர்ச்சி வரும். இந்த வளர்ச்சிக்கான முதன்மைக் களம் தமிழுக்குப் பள்ளிகளும் பாடப் புத்தகங்களும். இந்தக் களம் புத்தக மொழியின் மொத்தக் குத்தகை என்பார் பேராசிரியர் இ. அண்ணாமலை.

சொல் புதிது. அது சொல்ல வந்த விவரமும் புதிது. இப்படியாகும்போது இருக்குமிடம் தெரியாமல் இருக்க வேண்டிய புத்தக மொழி, தானே ஒரு சுமையாகி படிப்பவர்களுக்குக் கனக்கிறது. எழுதுபவர் அப்போது என்ன செய்யலாம்? விவரங்களைக் குறைக்காமல், மொழியை எளிமையாக்கும் வழியை அவர் காண வேண்டும். கலைச்சொற்களைப் பட்டியலிட்டு, அவற்றுக்கு விளக்கம் சொல்லி ஒரு அகராதியாகப் புத்தகத்தில் சேர்த்துவிடலாம் என்பது தீர்வாகாது. வரைவுப் பாடத்திட்டத்தில் ஒரு

பாடத்துக்கு இப்படி ஒரு பரிந்துரை. சொல் மட்டும் பிரச்சினையல்ல. சொல்லும் விவரங்களே புத்தகத்தின் மொழியோட்டத்தில் மனதுக்குப் பிடிபடாத செய்திகளாகின்றன. எந்த வடிவத்தில் இந்த விவரத்தைக் கொடுத்தால் அது சிந்தனையின் கைகளுக்கு அகப்படும் என்று தெரிந்து அந்த வடிவத்தில் கொடுக்க வேண்டும்.

பேராசிரியர் இ. அண்ணாமலை பாடப் புத்தகத் தமிழ்பற்றிச் சொல்வதை இங்கு கவனிக்க வேண்டும். பாடப் புத்தகத் தமிழ் பேச்சுத் தமிழுக்கு நெருங்கி வர வேண்டும் என்று அவர் சொல்கிறார். புத்தக மொழியும் வீட்டு மொழியும் ஒரே மொழி என்று மாணவர்களால் பார்க்க முடிவதில்லை. இப்படி உருவாகும் மொழி இடைவெளி, தமிழைப் பயிற்று மொழியாகக் கொள்ளும் மாணவர்களின் நோக்கம் நிறைவேற இடம் தராது. புதிய தமிழ்ச் சொற்கள் வேண்டும் என்பது ஒரு பிரச்சினையே அல்ல என்பார் இ. அண்ணாமலை. நமக்குக் கலைச்சொற்கள் ஆங்கிலத்திலிருந்து மொழிபெயர்த்ததாக இருக்க வேண்டும். அவையும் ஆங்கிலச் சொற்களின் கட்டமைப்பிலேயே இருக்க வேண்டும். இப்படியான நம் சிந்தனைதான் பிரச்சினை என்பார் இ. அண்ணாமலை. புத்தக மொழி, புதிய அறிவுப்புலங்களுக்கான சொற்களை மட்டுமல்ல, ஒரு தமிழ்ச் சொல்லாடலை உருவாக்க வேண்டும். மரபு என்ற தன் சனாதனப் பிடியை நெகிழ்த்திக்கொண்டால் தமிழால் இதை எளிதாகச் செய்ய முடியும் என்பார் இ. அண்ணாமலை. பாடப் புத்தக மொழியில் நம் மொழிக் கொள்கைக்கும் பங்கு உண்டு. அப்படி ஒரு கொள்கையை நமக்கு நாமே தெளிவுபடுத்திக்கொள்ளவில்லை. புத்தக மொழி ஏன் பாடத்துக்குப் பகையாகிறது என்பதற்கு இதுவும் ஒரு காரணம். மொழிக் களமாகவே இருக்கும் புத்தக மொழியில் ஆர்வலர்களுக்கு அக்கறையில்லை என்பது ஆச்சரியம்.

ஆங்கிலத்தில் இருக்கும் பாடப் புத்தகம் தமிழிலிருந்து மொழிபெயர்த்ததைப் போல் தோன்றுகிறது. தமிழில் உள்ளதைப் படித்தால் அது ஆங்கிலத்தில் எழுதி மொழிபெயர்த்ததாகத் தெரிகிறது. பொருள் விளங்காத சொற்றொடர்கள். தொடர்பு புரியாத வாக்கியங்கள். தொங்கலும் தொரிசலுமாக இரைந்துகிடக்கும் செய்திகள். இவற்றை இணைத்து ஒரு முழுச் சித்திரமாக மனத்திரையில் வரைந்துகொள்ள எத்தனை மாணவர்களுக்கு இயலும்? இந்தக் குறைகளைத் தவிர்க்க வேண்டுமென்றால் எழுதியவை அச்சேறுமுன் அவற்றைச் செம்மைபடுத்தும் குழுக்களும் தேவை. இந்தக் குழுக்களுக்கு மொழித் திறனோடு பாடங்களின் அறிவுப் புலங்களும் தெரிந்திருக்க வேண்டும். புத்தக உருவாக்கத்தில் அதன் பிரதியைச் செம்மைபடுத்துதல் முக்கியமான கட்டம். நாம் எழுதுவது படிப்பவர்களுக்குச் சென்று சேர வேண்டும் என்று நினைப்பவர்கள்

மிகுந்த அக்கறை காட்டும் கட்டம் இது. இப்படி ஒரு கட்டம் இருக்கும் பிரக்ஞையே நம் பாடப் புத்தகங்களுக்கு இருப்பதாகத் தெரியவில்லை. அவை செம்மையாகவில்லை என்று நாம் எப்படிக் குறைபட்டுக்கொள்ள முடியும்?

பாடப் புத்தகங்கள் தங்களுக்கு நிறைவளிக்காமல் அவற்றுக்கு ஈடாக வேறு புத்தகங்களை மாணவர்கள் தேடிப் படித்ததை நான் அறிவேன். இதன் அடிப்படையில் ஒரு கருத்தைச் சொல்லிவைக்கலாம். பாடப் புத்தகம் ஒவ்வொன்றுக்கும் ஒரு இணைப் புத்தகத்தை உருவாக்க வேண்டும். அது பாடங்களின் தலைப்புகளை எளிய மொழியில் செறிவாக விவாதிக்கும் தனித்தனிக் கட்டுரைகளின் தொகுப்பாக அமையலாம். இவை பாடத்துக்குப் பாடமாகவும், படைப்புக்குப் படைப்பாகவும் இருக்கும். புத்தக மொழியில் இல்லாத நெகிழ்வோடு ஒரு சொல்லாடல் இவற்றில் வளரலாம். பாடப் புத்தகம் எழுதுபவர்களுக்குக் கைவராத படைப்புத் திறன் இங்கே இருக்கக் கூடும்! ●

— O —

12

பிளாஸ்டிக் ஞானம்

“கையை வீசிக்கொண்டு கடைத்தெருவுக்கு வருகிறாயே, ஒரு பை கொண்டுவரக் கூடாதா?” இப்படிச் சிடுசிடுத்துக்கொண்டே கோனார் மளிகை கணக்குப்பிள்ளை தங்கராசு, தாளில் சுருள்விட்டு, வீசை துவரம் பருப்பை அதில் கொட்டிக் குலுக்குவார். தலைக்கு மேலிருந்து இறங்கும் சணலைப் பிரி உடைத்து, இணுக்கி, கட்டிக் கொடுப்பார். அந்தக் காகிதத்தையும் சணலையும் சீக்கிரமே மண் தின்றுவிடும். இன்றைக்கு மளிகைப் பொருள் வரும் பிளாஸ்டிக் பைகளை மண் ஜீரணிக்கவில்லையே என்று உலகமே கவலைப்படுகிறது. இவ்வளவு பெரிய விஷயம் காகிதச் சுருளில் இருந்ததது அப்போது யாருக்குத் தெரியும்?

நாகரிகத்தின் சுவடு

புராணங்களில் வரும் மாயாவிகள் நினைத்த மாத்திரத்தில், நினைத்த உருவத்தை எடுத்துக்கொள்வார்கள். பிளாஸ்டிக் ஒரு மாயாவி. இவ்வளவு வேகமாக அது பரவியது இந்தச் சக்தியினால்தான். தன் இடம் என்று ராஜ்ஜியம் செய்துகொண்டிருந்த பொருள்களை எல்லாம் அதனதன் இடத்திலிருந்து ஊதி ஒழித்துவிட்டது பிளாஸ்டிக். இப்படி ஒழிந்தவை வெறும் பட்டியலாக இருக்காது. ஊருக்குள் வந்த காட்டு விலங்கின் அடிச் சுவடு போலக் கால இருளில் மறைந்த நாகரிகத்தை யூகிக்க உதவும் சுவடுகளாக இருக்கும்.

பாடம் செய்து கச்சிதமாக வெட்டிய வாழைமட்டையில் மூக்குப் பொடி மடித்துத் தருவார்கள். மடித்ததைக் கட்டிவிட்டால் அதற்குப் பொடி மட்டை என்றே பெயர். கட்டுவதற்கு ஒரு இணுக்கு வாழை நார். பொடி போடும் நண்பர்களுக்கு இரவல் பொடி சரியான உறவுப் பாலம். ரத்தினம் பட்டணம் பொடி என்ற விலாசத்தில் வரும் பொடி அப்போது பிரபலம். பெரிய குழவியை வைத்துக்கொண்டு கலுவத்தில் ஒரு மீசைக்காரர் பொடி அரைப்பதுபோல் விளம்பரம் வரும். பொடிக் கடைகளில் தரவாரியாக இரண்டு மூன்று வெள்ளைக் களிமண் ஜாடிகளில் பொடி இருக்கும்.

சரக்கை இருப்பு வைக்கவும், அதை வாடிக்கையாளருக்கு விநியோகிக் கவும், எந்த வகையில் பொருட்கள் இருந்தன என்று பாருங்கள்!

வாழை இலை புழங்காத இடங்களில் சாப்பாட்டுக்கு வாழைச்சருகு. கீழத்தஞ்சையின் மன்னார்குடி, திருத்துறைப்பூண்டி, வேதாரண்யம் முத லிய ஊர்களில் வாழைச்சருகு வெகுவாகப் பயன்பட்டது. இந்தப் பகுதி களில் வாழைத் தோப்புகள் அப்போது இல்லை. கட்டுக்கு இத்தனை என்ற கணக்கில் சருகு இலை ஆடுதுறையிலிருந்து விற்பனைக்கு வந்தது. தண் ணீரில் நனைத்து எடுத்துக்கொண்டால் இலை கிழியாமல் கை புழங்கிச் சாப்பிடலாம். இவ்வளவு அகலமான வாழைச்சருகைக் கிழியாமல் எப் படிப் பாடம் செய்கிறார்கள், அதை எப்படித் துணி மடிபோல் கச்சித மாகக் கட்டுகிறார்கள் என்று ஆச்சரியப்படுவோம்.

கைகளின் அணியாத ஆபரணம்

பொருட்களைக் கையாள்வதில் மக்களுக்கு ஒரு மென்மை இருந்தது. அவற்றைப் பக்குவப்படுத்துவதற்கு வேண்டிய கைத்திறமை கிட்டத்தட்ட எல்லோருக்குமே கல்லாமல் கைவந்திருந்தது. சிறிய வேலைகளில் நறுவிசு இல்லாமல் செய்பவர்களுக்கு 'வழக்கங்கெட்ட குந்தாணி' என்ற வசவு வரும். 'வழக்கம்' என்பது பிறந்து வளரும் மனிதர்கள் தங்கள் சமூகத் தோடு பொருந்திக்கொள்வதற்கான கல்வி. அது கலாச்சார வழக்கமாகவும் இருக்கலாம், கைத்திறமையாகவும் இருக்கலாம். இன்று தொழில்நுட்ப வளர்ச்சியின் வேகம் சமுதாயத்தை முந்திக்கொண்டுவிட்டது. மக்களுக் குப் புதுத் தொழில்களுக்கும் கருவிகளுக்கும் பொறிகளுக்குமான மறு திறன் பழக வேண்டிய நெருக்கடி. இந்த நெருக்கடி உன்னதமான கைத் திறமைகளை இரக்கமில்லாமல் மூச்சைப்பிடித்துக் கொன்றுவிட்டது. அணியாத ஆபரணமாகக் கைகளுக்குப் பெருமை தந்த திறமைகள் அவை. அவற்றைத் தொழில்நுட்பப் புதுமைகள் வேண்டாத குப்பையாக்கிவிட டதைப் பார்த்து மக்கள் விக்கித்துப்போனார்கள்.

வீட்டில் சிறிய விசேடம் என்றால் கடைத்தெருவில் அதற்கு வேண் டிய மற்ற சாமான்களை வாங்கிக்கொண்டு சருகு இலையும் மறக்காமல் வாங்கி வருவோம். விருந்தாளிகளுக்கு இலையில் சாப்பாடு போடுவது ஒரு சம்பிரதாயம். ஏற்கனவே புழங்கிய தட்டுகளை எச்சித் தட்டு என் பார்கள். அதில் விருந்தாளிகளுக்குச் சாப்பாடு போடுவதில்லை. திடுதிப் பென்று வரும் விருந்தாளிகளுக்கு இலை தேடுவது பெரும் அவதி. இதைச் சமாளிக்கச் சில வீடுகளில் சருகு இலைக் கட்டுகள் ஒன்று, இரண்டு எப் போதும் கைவசம் இருக்கும். அதுவும் இல்லாவிட்டால் என்ன செய்வது? ஒரு கலாச்சார வழக்கம் இக்கட்டான நேரத்துக்கென்றே எத்தனை திறமை

களை வளர்த்துவைத்திருந்தது தெரியுமா! எங்காவது ஒரு முழத்துக்கு வாழை மரத்தின் துண்டு கிடைக்கும். அதிலிருந்து இரண்டு பட்டைகளை உரித்து, முதுகு கழித்து வாட்டிக்கொள்வார்கள். இரண்டையும் ரசம் மிளிரும் வயிறு மேல்பக்கமாக இருக்கும்படி ஈர்க்கால் இணைத்தால் அது சாப்பிடுவதற்கு அபூர்வமான இலை. கன்றுத் தென்னையின் ஐந்து, ஆறு ஓலைகளை ஈர்க்கு வாட்டி, நறுக்கி, கங்கில் ஈர்க்கால் இணைத்து ஏந்தலான தட்டுப் போன்ற இலை செய்யலாம். இப்போது மயிலைக் கண்ட வான்கோழியாக நானும் வாழை இலைதான் என்று மினுக்கிக்கொண்டு பிளாஸ்டிக் இலை வந்துவிட்டது.

பாயசத்துக்கு வாழைத்தொன்னை. தொடுத்த பூவைக் கட்டித்தர வாழை, தாமரை இலைகள். தெப்பம் கட்டி மிதந்துகொண்டே குளத்தில் கிள்ளிய தாமரை இலை கட்டுக்கட்டாக உணவுக் கடைகளுக்கு விநியோகமாகும். இட்லிக் கடைகளில் பொட்டலம்போட எங்கள் ஊரில் தாமரை இலைதான். தகர டின்களில் தயிர் வந்தது. கொடை ரோட்டிலிருந்து கொடி முந்திரி ஒத்த அளவு மண் பானைகளில் அடைத்து, அவை மோதி உடைந்துவிடாமல் உடம்பில் இழைக்கயறு பின்னி வந்தது. வாழை பெருத்த ஊராயிற்றே ஆடுதுறை என்ற நினைப்பில் அருகில் உள்ள கும்பகோணத்தில் தொன்னைக்கு விசாரித்தேன். என்னைத் தொந்தரவாகப் பார்த்த கடைக்காரர், ''அதெல்லாம் ஆண்டு மாறிவிட்டது. பிளாஸ்டிக் கப் தருகிறேன்'' என்றார். மக்களை நவீனப்படுத்துவதில் கடைத்தெருவுக்கும் பங்கு வேண்டாமா?

தாழம்பெட்டி

மக்கள் எப்போதும் பையும் கையுமாகவே திரிந்தார்கள் என்று கற்பனை செய்துகொள்ளாதீர்கள். அவசரக்காரர்களுக்கெனக் கடைத்தெருவில் தாழம்பெட்டி இருந்தது. காய்ந்த தாழை மடலில் பின்னிய பைகளைத் தான் பெட்டி என்பார்கள். விருந்தாளியாகப் போகிறவர்கள் போகும் இடத்திலேயே தாழம்பெட்டியில் பழங்களை வாங்கிச் செல்வார்கள். மீன் சந்தைகளிலும் இந்தப் பெட்டிகள் இருக்கும். இது போன்று ஒரே முறை பயன்படுத்தி எறிந்துவிடும் பைகள் அப்போதும் இருந்தன. ஆனால், பூமி அவற்றை எளிதாகச் செரித்துக்கொண்டது. ஆற்று மதகுகளில் கிடைக்கும் மீனைப் பிடி வைக்கோலில் வைத்துக் காரையைக் கொண்டே சுருணையாகக் கட்டி எடுத்துச்செல்வார்கள். வைக்கோலிலேயே ஒரு குளவிவிட்டுச் சுருணையைத் தூக்கிச்செல்ல அதற்குக் காது இணைத்துக் கொள்வார்கள். போகும் வழிகளில் எல்லாம் மதகிலும், வாய்க்கால் தலைப்பிலும், ஆற்றுத் தலைப்பிலும் பஞ்சலைக் கெண்டையை வாரிவாரிக்

கொடுத்துக்கொண்டிருந்தால் கையில் பை இல்லையே என்று வாங்காமல் போக முடியுமா?

ஆட்டுகறியைச் சுற்றி எடுத்துச்செல்லச் சேம்பை இலை அல்லது தேக்கு இலை. இப்படி யாரோ ஒருவர் பெயர் தெரியாத ஒரு இலையில் கறியைச் சுற்றிக் கொண்டுபோனார். வீட்டுக்குப் போய்ப் பிரித்தால் கறித்துண்டுகள் ஒன்றுசேர்ந்து பிரிக்க முடியாமல் சதைப் பந்துபோல ஒட்டிக்கொண்டிருந்தது. இலையின் சூட்சுமத்தைத் தெரிந்துகொண்டவர் அதைக் கொண்டு முட வைத்தியத்துக்குத் தைலம் இறக்கிச் செல்வாக்குப் பெற்றார் என்று ஒரு கதை.

பிளாஸ்டிக் டப்பாவைத் திறந்து நண்பர் வெற்றிலை போடுவதைப் பார்த்தேன். எத்தனை வகை வெற்றிலைச்செல்லத்தை இந்த பிளாஸ்டிக் ஒழித்துவிட்டது! ஒன்றுக்குள் ஒன்றாக அடுக்கிக்கொள்ளும் பெட்டிகளும், அவற்றை மூடிக்கொள்ள ஒரு மேல்பெட்டியுமாக ஈச்ச ஓலையில் பின்னிய வெற்றிலைச்செல்லம் இருந்தது. தடிப்பான தாள்களை அடுக்கி ஒரு மூலையில் நூல் கயிறு கட்டிப் பொட்டலமாக மடித்துக்கொள்ளும் வெற்றிலைச்செல்லம், ஜம்பமாக இருந்த வெள்ளி, பித்தளைச்செல்லம்— எல்லாம் போன இடம் தெரியவில்லை. வீட்டில் சுண்ணாம்பு வைத்துக்கொள்ள அழகான மண் கலயம் இருந்தது. கலயம் போன்ற உருண்டையான பாத்திரங்களுக்கும் அழகியலுக்கும் எவ்வளவு நெருக்கம் என்று அதைப் பார்த்துத் தெரிந்துகொள்ளலாம். அதற்கு ஒரு விரல் நுழையும் அளவுதான் வாய். விரல் நுனியில் ஒட்டுவதைத்தான் நீங்கள் எடுக்க முடியும். யாரும் தேவைக்கு அதிகமாக எடுத்துக்கொள்ளக் கூடாது என்ற விநியோக நியாயத்தோடு இப்படி ஒரு பாத்திரத்தை இப்போது நீங்கள் பார்க்க முடியுமா? பிறகு ரோஜா நிறத்தில் வாசனைச் சுண்ணாம்பு பிளாஸ்டிக் டப்பாவில் அடைத்து, மூடி போட்டு வந்துவிட்டது. இன்றைக்கு எல்லாமே 'டப்பா'தான். அப்போது இருந்த பெயர் வகைகளின், பொருள் வகைகளின் பன்மைத்துவம் மறைந்து வாழ்க்கையே தட்டையாகிவிட்டது.

வெற்றிலைச்செல்லம் இல்லாமல்போனதை நண்பரிடம் சொல்லிக் கொண்டிருந்தேன். ''வெற்றிலைச்செல்லம் நிலவுடைமைச் சமுதாயத்தின் அடையாளம். அது இல்லாமல்போனதற்கு என்ன வருத்தம்?'' என்றார். வெற்றிலைப் பெட்டிக்குள் வெற்றிலை இருக்கும் என்று நினைத்தேன். இப்படி ஒரு சித்தாந்தச் சரக்கும் அதற்குள் இருந்தது என்று நான் அறியவில்லை. இப்போது எதைப் பார்த்தாலும் அவர் கேள்வி எனக்குள் உடனே ஒலிக்கத் துவங்குகிறது.

பழங்குடிச் சமுதாயமல்ல

பனை ஓலை, பனை அகணி, ஈச்ச ஓலையில் பின்னிய கூடைகள் இருந்தன. நாற்காலிகளும் கட்டில்களும்கூடப் பனை அகணியில். அகணிக்கு மாற்றாகப் பிறகு பிளாஸ்டிக் நாடா வந்ததது. பிளாஸ்டிக் பாய் வந்தது. அது ஏன் கோரைப்பாய் போலவே இருக்க ஒரு வேஷம்போடுகிறது என்றுதான் தெரியவில்லை. பதிலியாக வரும் பிளாஸ்டிக் பொருட்கள் தாங்கள் பழைய பொருட்களுக்குப் பதிலிகள் என்று சொல்லிக்கொண்டு வராது. மக்களிடம் பழைய பொருட்கள் உருவாக்கியிருக்கும் மனப் பிம்பத்தை பிளாஸ்டிக் பதிலிகள் தங்களுக்குச் சாதகமாக்கிக்கொள்ளும் சந்தைச் சுரண்டலோ இது?

அப்போதெல்லாம் பனை ஓலைக் கொட்டான் வண்ணமயமாகப் புது ஓலையின் மணம் மாறாமல் கிடைக்கும். பனை அகணியில் தானியம் வைக்கும் பெரிய கொட்டான்களும் இருந்தன. குழந்தைகளுக்குக் கிலுகிலுப்பைகூடப் பனை ஓலையில். கிழித்த பாளையைக் கொண்டு வேலி கட்டினோம். அதற்கும் இப்போது பிளாஸ்டிக் நாடா. ஓணாங்கொடியைக் கயிறாக வைத்து வீடே கட்டிக்கொள்ளும் காலம் நினைவிலிருக்கிறது. அப்போதும் இதே சமுதாயம்தான், பழங்குடிச் சமுதாயமல்ல.

காகிதக் கூழோடு வெந்தயத்தைச் சேர்த்து, விழுதாக அரைத்துச் சிறிய கொட்டான்கள் வார்த்துக்கொள்வதில் பெண்களுக்கு அப்போது ஆர்வம். மாட்டுக்குப் பிண்ணாக்கு வாங்குவதற்கென்றே எங்கள் வீட்டில் ஒரு காகிதக் கொட்டான். அழுத்தமாக, பெரிதாக இருக்கும். ஆனால், கனமே இருக்காது. நமக்காக நம் கைகளால் செய்துகொள்ளும் பொருட்களை பிளாஸ்டிக் குறைத்துவிட்டது என்று வருத்தப்பட வழியில்லை. நகத்தில் அழுக்குப் படாமல், வாங்கி நுகர்வோராக மட்டுமே நாம் இருக்க முடியும் என்ற வர்க்க அந்தஸ்தை பிளாஸ்டிக் நமக்கு வலிய தந்திருக்கிறதே!

பனை ஓலை, ஈச்ச ஓலை பாய்களில் சுற்றி மைசூர் குத்துப் புளி கடைகளுக்கு வரும். சில்லரையாக எண்ணெய் வாங்கினால் எண்ணெய்த் தூக்கோ, சீசாவோ இல்லாமல் முடியாது. பள்ளிக்கூடத்துக்குத் தண்ணீர் கொண்டுபோக ஆளாளுக்கு சீசா வைத்திருப்போம். இப்போது மாணவர்கள் விதம்விதமான பிளாஸ்டிக் பாட்டிலோடு வருகிறார்கள். மருத்துவரிடம் போனால் அங்கே கம்பவுண்டர் தண்ணீர் மருந்துக்கு சீசா கொண்டு வந்தாயா என்று முந்திக்கொண்டு கேட்பார். சீசா விற்பதற்கென்றே மருத்துவர்களின் வீடுகளுக்கு முன்பு மூங்கில் கூடைமேல் பலகையை வைத்துக் கடை பரப்பியிருப்பார்கள். இப்போது தண்ணீர் மருந்து என்ற மிக்சர் இருந்தால் ஏகமாக பிளாஸ்டிக் பாட்டில் வந்துவிட்டிருக்கும். பந்தியில்

தண்ணீருக்கே இப்போது பிளாஸ்டிக் பாட்டில். பித்தளைச் செம்பு, வெண்கல லோட்டா, படிக்குவளை, பித்தளைத் தம்ளர், வெண்கலத் தம்ளர் எல்லாம் நொடியில் மறைந்துவிட்டன. பந்தி முடிந்தவுடன் தம்ளரை எண்ணிக் குறையில் யார் பொறுப்போ என்ற சச்சரவெல்லாம் இப்போது வர வழியில்லை.

விபூதிக் குடுக்கை

விபூதியை பிளாஸ்டிக் டப்பாவில் வைத்துக்கொள்வதைப் பார்க்கிறேன். அப்போதெல்லாம் முற்றிய சுரைக்காயைக் குடைந்து, குடுக்கையாக்கி அதில் விபூதி இருந்தது. பசுஞ்சாண விபூதி! இப்போதுபோல் பகட்டு வெள்ளையில் வரும் விபூதியல்ல. வெள்ளையின் அந்த வேற்றுக் களையைக் கண்டால் அதுவும் பிளாஸ்டிக் பொடியோ என்று நமக்கு பயம். பனைமரத்திலிருந்து பதநீர் இறக்குவதற்கும் சுரைக் குடுக்கை. நான் சிறுவனாக இருந்தபோது சுரைக் குடுக்கையோடு அகணியில் குடம்போல் பின்னியதையும் வைத்திருந்தார்கள். இன்று மரம் ஏறுவதற்குப் பயன்படும் தளவாடிகூட பிளாஸ்டிக்தான். இன்றைய ரசனைக்குத் தட்டையாக, சதுரமாக, நீள்சதுரமாக இருப்பவற்றில் தணியாத மோகம். இனிப்புகள் இந்த வடிவ பிளாஸ்டிக் டப்பாவில் வருகின்றன. என் நண்பர் புது மூங்கில் கூடைகளில் பூந்தி, லாடு, ஜாங்கிரியை நிரப்பி, பெண்ணுக்குச் சீதனப் பலகாரம் கொடுத்தனுப்பியது நினைவிருக்கிறது. தொழில்நுட்ப வளர்ச்சியில் பொருட்கள் மாறும்போது சமுதாயத்தின் அழகியலும் மாறிவிடுமோ?

இதையெல்லாம் நான் எழுதினால் சமையலறைக்குள் அடுக்குப் பானைகளையும், உறிகலயங்களையுமா வைத்துக்கொள்ளச் சொல்கிறீர்கள் என்று கேட்கக்கூடும். அடுப்படியில் இப்போது தனக்குள்ளே இருப்பது வெந்தயமா, நற்சீரகமா, சோம்பா, சர்க்கரையா என்று பார்க்க உதவும் கண்ணாடி உடல்கொண்ட பிளாஸ்டிக் டப்பாக்கள். ஆனால், இந்த உறியில் மூன்றாவது கலயத்தில் என்ன இருக்கிறது, அந்த அடுக்கில் இரண்டாவது பானையில் இருப்பது என்ன என்பதெல்லாம் அன்றைய பெண்களுக்கு மனக்கணக்குபோல் அத்துப்படி. தங்கள் அடுப்படியில் புழங்கி இருக்காத புதியவர்களுக்கும் இப்படிப் பாத்திரங்களின் கிரமத்தைச் சொல்லி, இருந்த இடத்திலிருந்தபடியே வழிகாட்டுவார்கள். இன்றைய பிளாஸ்டிக் டப்பாக்கள் இப்படி நினைவாற்றலைப் பெருக்கிக்கொள்ள உதவுமா?

செத்துக் கரை ஒதுங்கிய திமிங்கலத்தின் வயிற்றில் ஆறு கிலோ பிளாஸ்டிக் பொருள் இருந்ததாக அண்மையில் ஒரு செய்தி. எங்கள் வீட்டில் ஒரு

பசு மாட்டுக்கும் இப்படி நேர்ந்தது. அது பிளாஸ்டிக் பைகளைத் தின்று விட்டது. தான் ஈன்ற கன்றுக்குட்டியை மேலெல்லாம் நக்கிக் கண்ணீர் விட்டுக்கொண்டிருந்த பசு அடுத்த சில நிமிடங்களில் இறந்துவிட்டது. பசு வின் பாசத்தைப் பார்த்து எங்களுக்கு மாளா முடியாத துக்கம். பிளாஸ்டிக் பொருட்களின் ஆபத்துத் தெரிந்திருந்தும் அதிலிருந்து மீள்வதற்கு நம்மால் ஏன் எதுவும் செய்ய முடியவில்லை? ஞானம் எல்லா நேரத்திலும் நமக்கு மனஉறுதியைத் தருவதில்லையோ!

ஆல்வின் டோப்ளர் (Alvin Toffler) ஒரு அமெரிக்கப் பத்திரிகையாளர். **1970**இல் வந்த 'எதிர்கால அதிர்ச்சி' என்ற தன் நூலில் பிளாஸ்டிக் கேடு பற்றியும் எழுதினார். தலை வாரும் பிளாஸ்டிக் சீப்பு மண்ணுக்குள் சென் றால் அழியாமல் அப்படியே கிடக்குமாம். அவரே கான்க்ரீட் கேடு பற்றி யும் எழுதினார். பழைய வீடு ஒன்றைப் பிரித்து விற்றதைப் பார்த்திருக் கிறேன். இரண்டே நாட்களில் வீடு இருந்ததாகவே தெரியாமல் மண் மேடாக ஜீரணித்துவிட்டது. அங்கே பறங்கி முளைத்து, கொடி ஓடிக் காய்த்துக்கிடந்தது. கான்க்ரீட் கட்டடங்களை இடிக்கும்போது நீங்கள் பார்த்திருந்தால் நம் சமுதாயமல்ல, பழைய சமுதாயம்தான் பூமியை மதிக்கத் தெரிந்தது என்று புரியும்.

நிரந்தரத்தில் ஆசை

அக்காலத்து அரண்மனைகளை இப்போது காண முடியாது. அரண் மனை மேடு, மாளிகைத்திடல், மாளிகை மேடு என்ற பொட்டல்களை மட்டுமே பார்க்க முடியும். அடுத்துவரும் சமுதாயத்துக்கு மண்ணை அப்படியே விட்டுச்செல்லும் உண்மையான அக்கறை என்று இதைச் சொல்ல வேண்டும். மக்கி மடிவதையும், மண் அரிப்பதையும் இன்று வெறுக்கிறோம். நிரந்தரத்தில் வந்த பத்தாம்பசலி நேசம்! பிளாஸ்டிக் மூர்க்கமாகப் பரவியதற்கு இதுவும் காரணம்.

முனிகளின் சாபத்தினால் கண்ணனின் துவாரகையில் ஒருவருக்கு முசலம் பிறந்தது. அதை ஒழித்துவிட வேண்டுமென்று அராவித் தூளாக்கி இரைத்தார்கள். ஒவ்வொரு துகளும் ஆயுதம் போன்ற செடியாக முளைத்தது. கைமீறி வளர்ந்தவிட்ட பிளாஸ்டிக் தொழில்நுட்பத்தின் கதையும் இதுதானோ! இந்த ஞானத்தில் உலகத்தைப் பூமியாக, அதை மண், நீர், காற்று என்று பார்க்க இப்போதுதான் பழகுகிறோம்! •

— O —

13

புயல்நாடான புனல்நாடு

காவிரிப் படுகை எப்போதும் புனல்நாடு. அவ்வப்போது, புயல்நாடு. வங்கக் கடலிலிருந்து வடமேற்காக நகர்வது புயலின் வழக்கம். பருவகால நிகழ்வுகளின் எதேச்சைப் போக்கை நினைவூட்டுவதுபோல் புயல் இம் முறை தென்மேற்காக நகர்ந்தது. கரையைக் கடந்தவுடன் புயல் வலப்புறம் இருக்கும் நிலப் பரப்புக்குள் புகவில்லை, இடப்புறத்தின் கடலுக்குள்ளும் நழுவவில்லை. கரையை விட்டு அதிகம் விலகாமல், வேதாரணியத்தி லிருந்து மேற்கே நீளும் நிலப் பரப்பிலேயே சென்றுவிட்டது. புவி அமைப் பும், புயலின் திசையும் வழக்கமல்லாத வழக்கமாகக் கூடிக்கொண்டதால் கணக்கில்லாத மரங்கள் விழுந்துவிட்டன. புயல் ஒரேயொரு சலுகை செய் தது. வழக்கமாகப் புயலோடு வரும் அளவு மழை இல்லாத உலர் புயல் கஜா.

மாற்றுப் பயிர் முயற்சி

சேதத்துக்கு அடுத்த மேல்நிலை பாதிப்பை விவசாயிகள் அழிமானம் என்பார்கள். கஜா புயலின் வன்மம் நிகழ்த்தியது அழிமானம். கிழக்கே வேதாரணியத்திலிருந்து மேற்கே பேராவூரணிவரை பெரும் அழிமானம். அறுபது ஆண்டுகளாக விவசாயிகள் நெல்லுக்கு மாற்றுப் பயிர்களை முயற்சித்த இடம் அது. சவுக்கு, தென்னை, மா, பலா என்று நெல்லுக்கு நீண்டகால மாற்றாக மரங்களை வளர்த்தார்கள். காவிரிப் பிரச்சினை முற்றியபோது, நீரின் தேவையை மாற்றுப் பயிர் கொஞ்சம் குறைத்தது என்ற ஆறுதல் அவர்களுக்கு. கடைமடையின் பாசனப் பிரச்சினைக்கு நிவாரணம் என்ற மனச் சமாதானம். அறுபது ஆண்டுக் கால மாற்று முயற்சி களை அரை மணி நேரத்தில் அழித்துக் கடந்தது கஜா. அழிமானத்தை மாற்றுப் பயிருக்கான முன்முயற்சியின் பின்னணியில் பார்க்க வேண்டும்.

பேராவூரணி நண்பர் ஒருவரோடு பேசினேன். ''என் அப்பா அங்கங்கே கேணி தோண்டுவார். ஊறிய நீரை என் அம்மா குடத்தில் கொண்டு போய்த் தென்னம்பிள்ளைகளுக்கு ஊற்றுவார்'' என்று குடும்பம் தென்னந் தோப்பு உருவாக்கிய கதையைச் சொன்னார். தென்னங்கன்றை 'பிள்ளை'

என்பார்கள். அதே உருவ வழக்கு மொழியில் தென்னை வளர்ப்பதை 'ஆளாக்குவது' என்பார்கள். தென்னை விவசாயிகளின் துயரத்தை இந்த இரண்டு சொற்களுமே சொல்லிவிடும். வளர்த்த தலைமுறைக்கு அனுபவிக்க வாய்க்கவில்லை. வரும் தலைமுறை, தான் வைப்பது வளரக் காத்திருக்க வேண்டும்.

புயலைக் காட்டும் ஆவணப் படங்களில் அலை மோதும் தென்னை மரங்களையே திரும்பத்திரும்பக் காட்டுவார்கள். அது நிஜத்தைக் காட்டும் நோக்கத்துக்கு நிஜத்தின் பிம்பமாகவும், புயலின் வலுவான உருவகமாகவும், அதற்கு மேலாக ஒரு குறியீடாகவும் நம் மனதில் பதிந்துவிட்டது. இப்போது தென்னை மரங்கள் ஆயிரம்ஆயிரமாக அரிக்கிடையாக விழுந்து கிடப்பதைக் கண்ணுக்கு முன் பார்க்கிறோம். அந்த உண்மை, தன் உருவகம், குறியீடு என்ற பின்னணியோடு சேர்ந்து இரட்டித்த வேகத்தில் நம்மை நெகிழவைக்கிறது.

அன்று ஐப்பசி மாதத்தின் கடைசி நாள். காவிரியில் புனித நீராடும் கடைமுகம். விடிவதற்கு ஐந்து நாழிகைக்கு முன்பே புயல் அடித்து ஓய்ந்திருந்தது. மாலை ஏழு மணிக்கெல்லாம் அர்த்த சந்திரன் உச்சி வானில் பட்டப் பகலாக எரித்தது. மழைக்கால நிலவின் முழு தகதகப்பு. இதை நிலவின் அமுதக் கிரணம் என்று வர்ணிப்பார்கள். மேகத்தின் தூசிகூட இல்லாமல் துடைத்திருந்த வானம். 'புயலா வந்தது?' என்று கேட்கும் அறியாப் பாசாங்கில் அந்த நிலா. அடியோடு சாய்ந்த மரங்களின் மீது அது அமுதையே பொழிந்தாலும் நமக்கு என்ன வரும்? காவிரியின் அன்றைய புனிதத்தைப் புயலும் சட்டை செய்யவில்லையே! இலக்கியத்தில்தான் இயற்கை மனிதனுக்கு இரங்கும். இயற்கையோடு உறவுகொண்டாடும் கவிகளின் அபத்தப் புனைவுகள். மருவற்ற வானத்தைப் பார்த்து அதன் அசட்டைக்கு மிரண்டுபோனேன். மனித உணர்வுகளில் மிரட்சி மட்டுமே உண்மை.

கேவலப் பெருமை

கதிர் வந்த நெல்வயலில் மணியை உருவிக்கொண்டு பயிரை வெறும் தட்டையாக்கி நிறுத்தியது காற்று. வளர்ந்த பயிர், தோகை சரிந்து ஓடிந்தது. இளம் நடவு, முதல் நொறுங்கி உட்கார்ந்தது. நெல் தோகையைப் புயலின் சீற்றம் நுனி கிழித்துச் சருகாக்கியது. பயிர்ப் பரப்பில் புயல் ஓடுகால் வகிர்ந்து கடந்தது. நாட்டு ஓடு வேய்ந்த வீட்டின் மறுமாடி ஓடுகளைக் காற்று வாரி விசிறியது. கூறைவீடுகள் சதை கொய்த எலும்புக் கூடாக மூங்கில்கட்டோடு நின்றன. ஆலமரத்தைக்கூடக் காற்று துணி

யாகச் சுருட்டிக் கந்தலாக்கியது. ஆற்றங்கரைத் தேக்குமரங்கள் கொண்டை முறிந்து புயலின் போன திசை பகர்ந்து சாய்ந்தன.

பொருள் இழப்போடு புயலுக்கு இன்னொரு பக்கமும் உண்டு. நம் கலாச்சாரம் அதை எப்படிப் புரிந்துகொண்டு தன்னை வசம் மாற்றி வடிவமைத்துக்கொள்கிறது? 1977இல் வந்த புயலுக்கு இல்லாத ஒரு கேவலப் பெருமை இந்த கஜா புயலுக்கு உண்டு. அப்போது இல்லாத குடிநீர்ப் பஞ்சம் இன்று பெரும் பிரச்சினையாகி மக்களையும், அரசு நிர்வாகத்தையும் சேர்த்தே வதைக்கிறது. வயல், வாய்க்கால், குளம், குட்டை என்று தண்ணீர். ஆனால், குடிக்க நீர் இல்லை. குளத்து நீரைச் கூசாமல் புழங்க முடியவில்லை. 1977 புயலின்போது கேணி இருந்தது. கைபம்பு இருந்தது. தொழில்நுட்பக் கலாச்சாரம் துளைக்கிணறு தோண்டி, மேல்நிலை நீர்த் தொட்டி என்ற நீர்ப்பரண் கட்டிய கையோடு கேணியும் கைபம்பும் தொலைந்துவிட்டன. பெற்றவனை விழுங்கிப் பிறந்த வாரிசுபோல் தனக்கு முன்பு இருந்ததை எல்லாம் துடைத்துவிட்டது தொழில்நுட்பம். இன்று மின்மோட்டார் இயங்கினால்தான் நீர்ப்பரணிலிருந்து சமைக்கவும் குடிக்கவும் தண்ணீர் கிடைக்கும். ஜெனரேட்டரைக் கொண்டு நீர்ப்பரணுக்குத் தண்ணீர் ஏற்றுகிறார்கள். துளைக்கிணறு, மின்மோட்டார், மின்பம்பு— இவை படுத்துவிட்டால் ஜெனரேட்டர். தொழில்நுட்பத்துக்குத் தன்னைத் தானே இப்படிப் பெருக்கிக்கொள்ளும் தன்மை. இது மின்சாரத்துக்கும் தண்ணீருக்கும் மட்டும் நேர்வதல்ல. மையப்படுத்திய எந்த விநியோக முறைக்கும் காவிரிப் படுகையில் ஆண்டு தோறும் காத்திருக்கும் ஆபத்து இது.

குடிக்கவோ, குளிக்கவோ மோட்டார் தண்ணீர் இறைக்காது. இருள் விரட்ட விளக்கு இருக்காது. கொசு விரட்ட மின்விசிறி இருக்காது. அரைக்க கிரைண்டரோ, மிக்சியோ இருக்காது. பேச கைபேசி கிடைக்காது. இவற்றுக்கு ஜீவனைத் தரும் மின்சாரம் தொலைவிலிருக்கும் மையத்திலிருந்து வர வேண்டும். ஆயிரமாயிரம் ஊர்களுக்கு மின்சாரம் செல்லும் கம்பிப்பாதை அறுந்த நூலிழைகளாக அங்கங்கே தொங்கும். படராத கொடிகளாகத் தரையில் முறுக்கிக் கிடக்கும். ஓரேயொரு மையத்தை முடமாக்கிய புயல் உங்களை இருந்த வீட்டில் இருந்தபடியே, போட்ட சட்டை போட்டவாறே ஒரு நிமிட நேரத்தில் கடந்த காலத்துக்குள் வீசியிருக்கும். அது நேற்றைய தொழில்நுட்பத்தை இழந்து நிற்கும் நேற்று. அது இன்றைக்கு இருப்பதைவிட மேலான நாகரிகமானாலும் அந்த நாகரிகத்துக்குக் கணத்தில் பழக முடியுமா? அல்லது அந்த நாகரிகம் நவீனத்தின் தளைகளிலிருந்து விடுதலை என்ற தத்துவ ஞானம்தான் நமக்கு உடனே வாய்த்துவிடுமா? இவை சாத்தியமானால் நாம் இந்தப் புயல்

நாட்டில் மையப்படுத்திய விநியோக முறையைக் குறை சொல்ல வேண் டாம்.

புரிதலின் தெளிவு

புயலைக் கழித்து மழை பெற முடியாது என்பது காவிரிப் படுகையின் புரிதல். அந்தப் புரிதலுக்குத் தக்கச் சாகுபடிப் பட்டம், பயிர் வயது, பயிர் ரகம், கிராமத்தின் அமைவிடம், வீடு, எல்லாம் அன்றாட வாழ்க்கையின் பண்பாட்டுக் கூறுகளாகவே அமைந்திருக்கும். தொழில்நுட்ப வளர்ச்சியும் சமூக வளர்ச்சியும் புயலின் புரிதலும் ஒன்றை ஒன்று பற்றிக்கொண்டு புனல் நாட்டின் புயல் நாட்டின் கலாச்சாரமாகப் புதியது ஒன்று பிறந் திருக்க வேண்டும். திட்டங்களாக அல்லாமல் உத்தியாக வரும் வளர்ச்சித் திட்டங்கள் அப்படி ஒன்று உருவாகும் சுதந்திரத்தைத் தருவதில்லை.

புயல்பற்றிய அறிக்கைகள் இத்தனை மணிக்கு 'புயல் கரையைக் கடக் கும்' என்றும், பிறகு 'புயல் கரையைக் கடந்தது' என்றும் தூரத்தில் இருப் பவர்களின் மொழியில் பேசுகின்றன. காவிரிப் படுகையில் இருப்பவர் களே புயலை அறிவித்தாலும் அவர்களின் மொழியும் நிகழ்வுக்கு வெளியே இருப்பவர்களின் அறிக்கை மொழியே. நிகழ்வுக்கு உள்ளேயே இருப்பவர் களின் 'புயல் வரும்', 'புயல் வந்தது' என்பன போன்ற அண்மை காட்டும் சொற்களை அங்கே காண முடியாது. நான் காவிரிப் படுகையில் இருக்கி றேன். இங்கே வந்த புயலை நான் அறிக்கை மொழிக் கருத்தாக்கமான 'கடந்த' புயலாகத்தான் காண முடியும். வந்த புயலை வந்த புயலாக மனம் பற்றும் சுதந்திரத்தை அறிக்கை மொழி எனக்குத் தராது. கதாபாத்திரங் கள் தங்களைத் தாங்களாகவே, தங்களுக்குத் தோன்றும் வழியிலேயே பார்த்துக்கொள்ள முடியுமா? அவர்களும் நாவலாசிரியர் கண்களின் வழி யாகத்தான் தங்களைப் பார்த்துக்கொள்ள இயலும்.

புயலின்போது இப்படித் தங்களைத் தாங்களே பார்த்துக்கொள்ள முடி யாத கதாபாத்திரங்களின் நிலைக்கு வந்துவிடுவார்கள் காவிரிப் படுகை மக்கள். அப்போது என்னைப் பார்த்துக்கொள்ள எனக்கு இன்னொருவர் கண் வேண்டும். அறிக்கை மொழிக்கு இப்படியொரு வக்கிரச் சக்தி. அதற் குப் புயல்பற்றி முழுமையான புரிதல் இருக்காது. நிகழ்வைப் பார்ப் பதற்குக் கிடைக்கும் நோக்குமுனை எப்போதும் மொழிக்கு வெளியே இருப்பது மொழி நம் ஏவலாள் அல்ல என்பதற்கு அடையாளம். ஒரு வேளை நாம் அதன் அடிமைகளாகவே இருக்கலாம்!

புயல்பற்றிய புரிதலில் தை மாதத்திலும் பங்குனியிலும் சித்திரையின் கடுங்கோடையிலும் புயல் வந்த வரலாறு இருக்கும். காவிரி நீரைக் கட்டலாம், அது கரை அடங்கிச் செல்லும் அளவில் வேண்டும்போது

விடுவிக்கலாம் என்பதில் ஐயமிருக்கும். புயலின்போது தேவை என்று நிரந்தரப் புகலிடங்களைக் கட்டுகிறோம். காவிரிக் கரைக்குப் புயல் அகலா ஆபத்து என்ற புரிதலின் தெளிவு அது. தெளிவு தொடர்ந்தால் காவிரிப் படுகையில் மின்விநியோகத்துக்கு வெறும் தரையில் நிற்கும் கம்பங்களை நம்பத் தயங்குவோம். மழைக்கு மழை, புயலுக்குப் புயல் தாழ்வான பகுதி யிலிருந்து லட்சக்கணக்கில் மக்களைக் கரையேற்றும் கட்டாயத்தை நிரந் தரமாக்க மாட்டோம். இந்தப் புனல் நாட்டுக்கும் புயல் நாட்டுக்கும் பொருந்தும் வகையில் தொழில்நுட்பத்தைத் தகவமைத்திருப்போம். காவி ரிப் படுகை புயல்பற்றி இன்னும் ஆழமான புரிதல் வேண்டும். புரிதலின் அடிப்படையில் தன்னைத் தகவமைத்துக்கொள்ளும் நிர்வாக, தொழில் நுட்பக் கலாச்சாரம் வேண்டும். இவை குறைபட்டால் அரசு எவ்வளவு உழைத்து என்ன பயன்? ●

— O —

14

ஜனநாயகம் வளர்க்கும் சாதியம்

பெயரோடு சாதிப் பட்டத்தை வழக்கமாகவே சேர்த்துக்கொண்ட காலத்தில்கூட இப்போதைய சாதி உணர்வு இருந்ததில்லை. போவதாகப் போக்குக்காட்டி அந்த உணர்வு புது வேகத்தில் தலையெடுத்திருக்கிறது. சாதிப் பிடிப்பு என்ற பெருங்காயம், இன உணர்வு என்ற திராவிடப் பெருங்கடலில் கரைந்து காணாமல் போகும் என்று நினைத்தால் அங்கேயும் அது மணக்கமணக்க அலை வீசுகிறது. ஒரு தேர்தல் உத்தியாகச் சாதிகளை உள்ளே இழுத்து அவற்றை ஜீரணித்துக்கொள்ளலாம் என்று எல்லா அரசியல் கட்சிகளும் நம்புகின்றன. விளைவு என்னவென்றால் அரசியல் கட்சிகள் பெரும்பான்மைச் சாதிகளின் சமஷ்டி அமைப்புகளாக மாறி விடுவதுதான். இந்த நிலைமையில் சிறிய சாதிகளை ஜனநாயக அரசியல் என்ன செய்கிறது என்பதை விவாதிக்க வேண்டும்.

சமுதாயத்துக்கு வலிக்குமா?

மற்ற நாடுகளின் நிலவரம் வேறு. சமுதாயத்தைவிட அங்கே தனிநபர்களின் இருப்பு அழுத்தமானது. சமுதாயம் என்பது கற்பனை. சமுதாயத்துக்கு வலிக்குமா? அதற்குப் பசிக்குமா? தனிநபர்களுக்குத்தான் வலிக்கும், பசிக்கும். எனவே, தனிநபர்கள்தான் உண்மை என்று அங்கு ஒரு தத்துவமே உண்டு. இங்கு சமுதாயமும் இல்லை, தனிநபர்களும் இல்லை. சாதிகள்தான் உண்டு. பொது நெறிகள் சமுதாயத்தை உருவாக்குமே! இங்கு பொது நெறிகளே இல்லையா என்று கேட்பீர்கள். அவை உண்டு தான். ஆனால், அவை சாதிக்குள் மட்டுமே பொதுவானவை. சாதிகளுக்கு இடையில் அல்ல. ஒரு பயணத்தின்போது சாலை மறியலில் சிக்கிக் கொண்டோம். மறியல் செய்த ஒருவரிடம் "நாங்கள் என்ன பாவம் செய்தோம்? எங்களைப் போகவிடக் கூடாதா?" என்று பொது நியாயத்தைக் கேட்டோம். கொஞ்சம் குழம்பித் தெளிந்தவர்போல் உடன் இருந்தவர்களைப் பார்த்து, "இவர்கள் நம் சாதி இல்லை போலிருக்கிறது" என்றார். அவருக்குத் தெரிந்த பொது நெறி அதுதான்.

ஊருக்கு ஒரு ஆசாரி, கொல்லர், பத்தர், குயவர், மேளக்காரர், வாணியர். இப்படியே வண்ணார், மருத்துவர் என்று ஊருக்கு ஒன்றிரண்டாக இறைந்து எண்ணிக்கை வலுவிழந்தவை இருநூறுக்கும் மேலான சிறிய சாதிகள். காலனியக் காலத்து நிர்வாகத்துக்குச் சமுதாயத்தைப் பகுப்பதில் ஒரு வகைப் புரிதல். அதன் நிர்வாக மொழியில் ஆசாரி, கொல்லர், குயவர் போன்றவர்களுக்கு 'ஊழியச் சாதிகள்' என்று பெயர். இவர்களில் தலைக்கு ஒன்றிரண்டு குடும்பங்களை வைத்துக் காவிரிக் கரைக் கிராமங்கள் அன்றைய மதிப்பீட்டின்படி கச்சிதமாகக் கட்டமைந்திருக்கும். அவர்கள் இருப்பது அவர்கள் கிராமம் அல்ல. கிராமம் அவர்களைக் கொண்டுவந்து அங்கே குடிவைத்திருக்கும். ''இரண்டு மாதத்துக்கு என்னால் எங்கும் போக முடியாது. குடிபடைகளுக்குப் பொங்கல் பானை பண்ண வேண்டும்'' என்பார் கிராமத்துக் குயவர். ஆசாரியைக் கேட்டால் ''ஆனி, ஆடி, ஆவணியில் என்னை வெளியே கூப்பிடாதீர்கள். கிராமத்தில் மண்வெட்டி, கலப்பை, வண்டி வேலை இருக்கும்'' என்பார். குடிபடைகள் என்று இவர்கள் சொல்வது கிராமத்தில் மிராசுதாரர் அல்லாத மற்ற குடும்பங்களை. மிராசுதாரர் குடும்பம் ஒன்றிரண்டுதான் இருக்கும்.

கிராமங்கள் தன்னிறைவு பெற்ற குடியரசுகள் என்ற பெருமையைப் பெற்றது இந்தச் சாதிகளின் கைவினைப் பங்களிப்பால். ஆனால், கட்சிகளின் அரசியல் கணக்குக்குள் இவை எப்போதுமே வராதவை. பெரும்பான்மைக் கோட்பாட்டைச் சார்ந்தது என்ற அளவில் ஜனநாயகம் யாரையும் அரசியலிலிருந்து விலக்குவதில்லை. தேர்தல் முடிவுசெய்த சிறுபான்மை ஆட்சியில்தான் பங்கேற்காது. அரசியலில் சிறுபான்மை பெரும்பான்மை, இரண்டுமே பங்கேற்கும். தமிழக நிலவரமோ வேறு. சிறிய சாதியினர் தேர்தலில் வாக்களிப்பதற்கு அடுத்த மேல்நிலைக்குச் சென்று அரசியலில் பங்கேற்க முடியாது.

தேர்தல் தொகுதி என்ற புவிப் பரப்பில் இந்த ஒற்றை விட்டுச சாதிகளுக்கு இருப்பு என்பதே இல்லை. இப்படி விலகி நிற்பது தனிநபர்களின் சுதந்திரமான முடிவு என்றால் அதில் குறையில்லை. ஆனால், சிறிய சாதிகளைச் சேர்ந்தவர்கள் என்பதாலேயே பலர் அரசியலுக்குள் வர இயலாமல் இருப்பதை எப்படிப் புரிந்துகொள்வது? ஜனநாயகச் சிந்தனைக்கும், அதுவே வகுத்துக்கொண்ட தேர்தல் முறைக்கும் உள்ள முரண் இது. இந்த முரண் தமிழகச் சமூக நிலவரத்தில் முனைப்பாகத் தொழில்படும். இதைப் பயனுள்ள வகையில் விவாதிக்க கருத்தாக்கங்களும் மொழியும் தேவை. இந்த முரண்பற்றிய விவாதம் எழாமல் இருக்கும்படி கட்டப்பட்டது நம் அரசியல் சொல்லாடல்.

எண்ணிக்கை நியாயம்

கி. ராஜநாராயணனின் கரிசல் கதைத் தொகுப்பில் 'ஒத்தை வீட்டுக்காரர்' என்று ஓர் ஆசாரி பற்றிய கதை. பொ. அழகுகிருஷ்ணன் எழுதியது. ஊரா ரோடு வந்த பிரச்சினையால் மனம் பொறாமல், நிலத்தை விற்றுவிட்டு, வீட்டையும் விற்றுவிடும்படி இன்னொரு ஒத்தை வீட்டுக்காரச் செட்டி யாரிடம் சொல்லிவிட்டு, ஆசாரி ஊரை விட்டுச் செல்கிறார். மாமா, அத்தை, மாப்பிள்ளை என்று முறைசொல்லிக் கூப்பிடுவார்கள். பிரச்சினை என்று வந்துவிட்டாலோ 'ஆசாரி, அவன் இவன்னு சண்டைக்கு வருவார்கள்' என்று ஒத்தை வீட்டுக்காரர்களோடு ஊர் கொண்டாடும் உறவின் பொய்மையைச் சொல்லிக் குமுறிக்கொண்டே செல்வார். அரசியல் பரப் பில் இந்த உறவுப் பொய்மைதான் பெரும்பான்மை என்ற எண்ணிக்கை நியாயமாகிறது. "நீயும்தான் வாக்களிக்கலாம். உன் வாக்குக்கும் என் வாக்குக்கும் மதிப்பு ஒன்றுதான். கட்சிப் பணி செய்ய நீ யார் உத்தரவுக் குக் காத்திருக்க வேண்டும்? அது உன் உரிமையல்லவா!"—இப்படித் தானே போகும் ஜனநாயக மொழி? ஆனால், ஜனநாயகக் கோட்பாட்டை விளக்கும் அரசியல் மொழி இந்தக் கட்டத்துக்கு மேல் பேசும் அளவுக்கு வளரவில்லை. சேலத்துக்கு அருகே பனமரத்துப்பட்டியில் எனக்கு ஒரு நண்பர். முப்பது ஆண்டுகளுக்கும் மேலாக ஒரு திராவிடக் கட்சியின் தீவிரத் தொண்டர். கட்சிப் பொறுப்பு எதுவும் உங்களுக்குக் கொடுக்க வில்லையா என்று அவரைக் கேட்டேன். "அதற்கான சாதிப் பின்னணி எனக்கு இல்லை" என்றார். வருத்தத்தின், ஏமாற்றத்தின், விரக்தியின் தொனியையா எதிர்பார்த்தீர்கள்? அவர் சொன்னதில் அந்தச் சாயல்கூடக் கிடையாது. ஒற்றை வீட்டுச் சாதிக்காரர்களுக்குத் தமிழக நிலவரத்தோடு குறையில்லாத சமரசம். அரசியலில் தங்கள் இடம் என்ன என்பதை யாரும் சொல்லாமலேயே அவர்கள் அறிவார்கள்.

இன்னின்ன சாதிகளுக்கு அமைச்சரவையில் இடம் கிடைத்தது, இன் னின்னவற்றுக்குக் கிடைக்கவில்லை என்று பேசாத அரசியல் விமர்சனம் உண்டா? அரசியல் நியாயத்தை இப்படியுமா அடையாளம் காண்பார் கள் என்பதல்ல நமது கவலை. பதவிகள் கிடக்காத சாதியின் பட்டியலில் இடம்பெறும் தகுதியைக்கூட நூற்றுக்கணக்கான சாதிகள் பெறுவதில் லையே என்பதுதான் கவலை. அவற்றின் இருப்பை அரசியல் கணக்கு மறந்துவிடுவது அரசியல் விமர்சகர்களின் குறையல்ல. நமது அரசியல் உரையாடல் பயன்படுத்தும் மொழியின் குறை, அந்த மொழியின் கட் டமைப்புக் குறை.

வீதாச்சாரத் தேர்தல் முறை

அண்மையில் தேர்தல் முறை பற்றித் தேசியக் கட்சிகளின் பழகிப் பழ சாகிப்போன ஒரு விவாதம். மாநிலத்தில் பதிவான மொத்த வாக்குகளில் நாற்பது சதம் பெற்ற கட்சி பாராளுமன்றத்தில் ஐம்பது உறுப்பினர்க ளைப் பெறுகிறது. முப்பது சதம் பெற்ற கட்சி இரண்டு உறுப்பினர்களை மட்டுமே பெறுகிறது. பத்து சதம் பெற்ற இன்னொரு கட்சி ஒருவரைக் கூடப் பெறுவதில்லை. ஆளப்போகும் கட்சி தேர்தலில் பெற்ற வாக்கு வீதத்துக்கும், அதன் பாராளுமன்ற உறுப்பினர் எண்ணிக்கைக்கும் ஒரு தொடர்பு இருக்கிறது என்று வைத்துக்கொள்வோம். மற்ற கட்சிகள் பெற்ற வாக்கு வீதத்துக்கும், அவற்றின் பாரளுமன்ற உறுப்பினர் எண் ணிக்கைக்கும் அதே கணக்கில் தொடர்பு இருக்க வேண்டுமல்லவா? பத்து சதம், பதினைந்து சதம் வாக்குகளைப் பெற்ற கட்சிக்குப் பாராளுமன்றத் தில் உறுப்பினர்களே இல்லாமலிருக்கும் நிலை வருகிறது. மக்களில் இத் தனை பேர் பிரதிநிதிகளைப் பெறாமலே போகும் கேலிக்கூத்துக்கு என்ன முடிவு என்பது விவாதத்தின் கேள்வி. தொகுதியில் வென்றது யார் என்ற அடிப்படையில் அல்லாமல் கட்சியின் மொத்த வாக்குச் சதவீத அடிப் படையில் அதன் பாராளுமன்ற உறுப்பினர்கள் எண்ணிக்கை அமைய வேண்டும் என்பது விவாதம் சொல்லும் தீர்வு. இதற்குத் தகுந்தவாறு நம் தேர்தல் முறை மாற வேண்டும் என்பது கோரிக்கை. இந்தத் தேர்தல் முறையை வீதாச்சாரப் பிரதிநிதி முறை என்பார்கள்.

ஏ.என். சிவராமன் தினமணி ஆசிரியராக இருந்தபோது 'கணக்கன் கட்டுரை' என்று தன் நாளிதழில் இந்த முறைபற்றி விரிவாக எழுதியிருக் கிறார். அது முப்பது, முப்பத்தைந்து ஆண்டுகளுக்கு முன்பு. அவர் கட்டு ரைகள் தமிழ் மக்களுக்கு அசலான அரசியல் கற்பிக்கும் முயற்சி. அடிப் படை அரசியலை வெகுஜனங்களுக்குச் சொல்லித்தரத் தமிழ் மொழி யைத் தயாரிக்கும் அக்கறை.

ஒரு தடகளத்தில் நடக்கும் ஓட்டப்பந்தயம் போன்றது இப்போது இருக்கும் தேர்தல் முறை. ஓட்டத்தில் யார் முதலில் வருகிறாரோ அவர் தான் பந்தயத்தில் வென்றவர். ஒரு தொகுதியில் நடக்கும் தேர்தலில் பத்து வாக்குகள் வாங்கியவர் வென்றவர். எட்டு வாக்குகள் வாங்கியவர் தோற்றவர். இவருக்கு வாக்களித்த எட்டு நபர்களின் விருப்பத்துக்கு ஜன நாயக மதிப்பு பூஜ்ஜியம். தேர்தலில் அவர்களும் பங்கேற்றதற்கு அடை யாள விளைவுகூட இல்லை. அவர்களின் வேட்பாளர் தோற்றவராக ஆவது இன்னொரு வேட்பாளர் வென்றதற்குச் சட்ட சம்பிரதாயமான அங்கீகாரம். அவர்களின் பங்கேற்பு இந்தச் சட்டச் சடங்கு என்பதைத் தாண்டி வேறொன்றும் இல்லை. இந்தக் குறை இல்லாத ஒரு தேர்தல்

முறை நமக்கு வேண்டாமா என்பது நீண்ட நாள் விவாதம். திராவிட முன்னேற்றக் கழகத் தலைவர் கலைஞர் கருணாநிதியும் சில பொதுக் கூட்டங்களில் வீதாச்சார முறை வேண்டும் என்று பேசியிருக்கிறார். அவர் அப்படிப் பேசியதும், பின்னர் அந்தக் கட்சியில்கூட யாரும் பொது மேடைகளில் அதுபற்றிப் பேசாததும் தமிழ்நாட்டு அரசியல் வரலாற்றில் நாம் ஊன்றிப் பார்க்க வேண்டியவை. தான் பேசியதை ஒரு பொது விவாதத்தின் துவக்கமாக வைத்துக் கலைஞர் பேசியிருக்கலாம். பொது விவாதமாக அது மாறவில்லை. அசலான அரசியல் பிரச்சினைகள் இங்கு பொது விவாதத்துக்கு வருவது அபூர்வம். எப்போதாவது எழுத்தில் மட்டும் நடந்த விவாதங்கள் பிரச்சினையின் முழு பரிமாணத்தையும் கவனிக்கவில்லை.

நிரந்தரப் பெரும்பான்மை

கட்சிகள் எதிர்கொள்ளும் பிரச்சினைக்கானது மட்டுமே இந்த வீதாச்சாரப் பிரதிநிதித்துவத் தீர்வு. மற்றொரு பிரச்சினை, அரசியலுக்கு வெளியே நிற்கும் சாதிகளையும் ஜனநாயக அரசியலுக்குள் வரவிடுவது எப்படி என்பது. அரசியல் உரையாடலின் கட்டமைப்பு இந்தப் பிரச்சினையும் விவாதத்துக்குள் வருமாறு விரிவாக வேண்டும்.

ஒன்று, இரண்டு, மூன்று என்று தனிநபர்களை எண்ணி வருவதுதான் பெரும்பான்மை என்பது நம் அரசியல் உரையாடலின் அனுமானம். தனி நபர்கள் சேர்ந்து உருவாகும் தொகுப்புதான் தேர்தலில் வரும் பெரும்பான்மை என்பது அதன் நம்பிக்கை. உண்மையில் அது எப்போதுமே இருக்கும் ஒரு தொகுதியின் சாதிப் பெரும்பான்மை. தேர்தலுக்கு முன்பும் அதுவேதான் பெரும்பான்மை. அந்த நிரந்தரப் பெரும்பான்மைக்குத் தேர்தல் ஒரு சட்ட ரீதியிலான அங்கீகாரம். ஒரே சாதியைச் சேர்ந்தவர்கள் ஒவ்வொருவரும் தன் விருப்பப்படி தனித்தனி நபர்களாக வாக்களிப்பதில்லை. தனிநபர் விருப்பமும் அவர் சாதியின் விருப்பமும் ஒன்றாக இருக்கும்படி பார்த்துக்கொள்வதுதான் பிரச்சாரம், களப்பணி, தேர்தல் உத்தி முதலியவற்றின் நோக்கம். தேர்தல் தொகுதி என்ற ஜனநாயக ஏற்பாடு சாதியத்தை ஊட்டி வளர்க்கிறது. நிரந்தரப் பெரும்பான்மை என்பது எதேச்சாதிகாரத்தின் மறு வடிவம்தானே!

அரசியல் உரையாடலில் உயர் சாதிகள், தாழ்த்தப்பட்டவை, இடைநிலைச் சாதிகள் என்று ஒரு சமுதாய வகைப்பாடு. அரசியலை விவாதிக்க இந்தச் சாதிவழி வகைப்பாடோ, தொகுப்போ பயனுள்ளதாக இருந்தது. அநேகமாக இடைநிலைச் சாதிகள் என்பது உரையாடலை நுணுக்க

மாகும் நோக்கத்தில் பின்னர் வந்த ஒரு கருத்தாக்கம். மற்றொரு வகைப் பாட்டையும் சோதிக்க வேண்டும். அரசியலை ஒரு களம், அரங்கம், வெளி என்று வைத்துக்கொண்டால் அந்த அரசியல் வெளிக்கு உள்ளே இருக்கும் பெரும்பான்மைச் சாதிகள் ஒரு வகை. அரசியலுக்குள் வர இயலாமல் வெளியே நிற்கும், எண்ணிக்கை முக்கியத்துவம் இல்லாத புற வெளிச் சாதிகள் மற்றொரு வகை.

ஏற்கனவே இருக்கும் வகைப்பாடு சாதிகளை மேலும் கீழுமாக அந்த அடுக்குகள் அடுக்கியிருக்கும். நான் சொல்லும் இன்னொரு வகைப்பாடு ஊடாக நெட்டு வசத்தில் ஓடும் ரேகை. தேர்தல் கணக்கில் எண்ணிக்கை முக்கியத்துவம் இல்லாத சாதிகள் அந்த அடுக்குகள் எதிலும் இருக்கக்கூடும் என்பதை இந்த மாற்று வகைப்பாடு காட்டும். இப்படி ஒரு வகைப்பாட்டின் மாற்றுத் தளத்திலும் அரசியல் உரையாடல் கட்டமைய வேண்டும். இதுவும் பயனுள்ள விவாதத்துக்கு உதவும். அரசியலில் உள்வெளிச் சாதிகள் என்ற ஒரு புது சத்திரிய வர்ணம் உருவாவதையும், புறவெளிச் சாதிகள் ஜனநாயகத்தில் எப்போதும் ஒப்புக்குச் சப்பாணியாவதையும் கவனிக்க வேண்டும். ஜனநாயகம் என்ன வென்றால் ஒரு சாதி என்ற அளவில் எதுவுமே அரசியலின் புறவெளிக்குச் சென்றுவிடக் கூடாது என்பதுதான். சிறிய சாதியைச் சேர்ந்தவர் என்பதால் ஒருவர் வாசலைத் தாண்டி அரசியலுக்குள் வர முடியாது என்று வெளியே நிற்பது ஜனநாயக குடியாட்சி ஆகாது. நாடு எடுக்கும் முடிவுகளில் எல்லோரும் பங்கேற்கவும் முடியும், பங்களிக்கவும் முடியும் என்பது தானே குடியாட்சி! அது எண்ணிக்கை வலு மட்டுமல்ல. எண்ணிக்கை என்ற இயந்திர வகைச் செயல்பாட்டிலிருந்து பங்கேற்பு என்ற வளர்ச்சிக் கட்டத்துக்கு நம் அரசியல் நகர வேண்டும். அதற்கு வேண்டியது அரசியல் உரையாடலின் மறுகட்டமைப்பு.

பன்முகத் தன்மையின் வளம்

தன் ஊரின், நாட்டின் பொது விவகாரங்களில் ஒருவர் பங்கேற்க இயலாதபோது அவர் மனிதன் என்ற அளவில் முழுமை அடைவதில்லை. இது பிரச்சினையின் ஒரு பக்கம். எண்ணிக்கை வலு இல்லை என்பதற்காகவே நூற்றுக்கணக்கான சாதிகளின் பங்களிப்புக்கு வாய்ப்புத் தராத முறை இந்திய அரசியலுக்கு இழப்பு என்பது அதன் மறு பக்கம். மற்றவரின் உடைமை என்றிருந்தவர்களையும், சொத்து இல்லாதவர்களையும், பெண்களையும் அரசியலிலிருந்து நீக்கிவைத்திருந்த பழைய நிலைமைக்கும் இதற்கும் என்ன வேறுபாடு? ஒற்றை என்ற ஏகத்தைத் தடுத்துப் பன்முகத் தன்மை

என்ற அநேகத்தின் வளத்தை விரும்பும் நாம் கவலைப்பட வேண்டிய பிரச்சினை இது. ஒற்றை என்பது ஒரு தொகுதியின் சாதிவழி நிரந்தரப் பெரும்பான்மை.

தொகுதிகளின் நிரந்தரப் பெரும்பான்மையை எது உடைக்கிறது? வர்க்கச் சிந்தனையால் அதை உடைக்க இயலும். இங்கே கவர்ச்சி அரசியல் அதை உடைத்திருக்கிறது. விடுதலைப் போர், மொழிப் போராட்டம் போன்ற பெரும் நிகழ்வுகளும், அவ்வப்போது வரும் உணர்வுப் பேரலைகளும் உடைத்தன. மற்ற நேரங்களில் ஜனநாயகத்தால் சாதிவழிப் பெரும்பான்மையை உடைக்க இயலவில்லை.

ஒரு சாதியின் எண்ணிக்கை வலுவுக்குத் தகுந்தபடி அதற்கு அரசியல் பலம் இருப்பதுதான் ஜனநாயகத்தில் முறை என்று நாம் நினைக்கலாம். இது சுயபிரக்ஞை இல்லாமல் நிகழும் சிந்தனைப் பழக்கம். எண்ணிக்கை வலு இல்லாத சாதிகளுக்கு அரசியல் பலம் இல்லாமல் இருப்பதும் இயற்கைதானே என்றும் நம்பலாம். இந்தத் தடத்திலேயே தர்க்கத்தைத் தொடர்ந்தால் அது எங்கே போய் நிற்கும்? சாதி அடிப்படையில் அரசியல் அதிகாரத்தைப் பகிர்ந்துகொள்வது முறை. அந்தப் பகிர்மானத்தில் பத்துப் பதினைந்து தவிர மற்ற சாதிகள் விலக்கப்படுவதும் முறை என்ற இடத்தில் வந்து நிற்போம். இந்த அளவுக்குத்தான் ஜனநாயகத்தின் பெரும்பான்மை கோட்பாட்டைப் புரிந்துகொண்டிருக்கிறோம். நல்லது, கெட்டது அடிப்படையில் அவ்வப்போது பெரும்பான்மையை உருவாக்கிக்கொள்வதுதான் ஜனநாயகம். நமது ஜனநாயகமோ நிரந்தரமாக இருக்கும் சாதிப் பெரும்பான்மையைத் தேர்தல் வழியாக உறுதிப்படுத்துவது. இதுதான் பிரச்சினையின் வடிவம் என்றாலும் இந்த வடிவத்தில் அதை நாம் விவாதிப்பதில்லை. நம் அரசியல் சொல்லாடல் நாம் இருக்கும் இடத்தின் யதார்த்தத்தைக் கணக்கில் கொள்வதில்லை. ஜனநாயகத்தை இந்தச் சமுதாய நிலவரத்தோடு தொடர்புபடுத்திப் பேசுவதில்லை. பெருக்கிப்பெருக்கி, படுக்கும் பாய்க்குக் கீழே தள்ளிவைக்கும் குப்பையைப் போல் நாம் பேசக் கூசும் பிரச்சினை இது. •

— O —

சொல் விளக்கம்

அகணி - தென்னை, பனை மட்டைகளின் வயிற்றுப் பகுதியிலிருந்து கிழிக்கும் நார்.

அலக்கு - மரத்தில் காய் பறிக்க முனையில் வளைந்த அரிவாள் கட்டி யிருக்கும் நீளமான மூங்கில் கழி (தொரட்டி போன்றது).

அழிஞ்சி - ஒரு வகை மரம். இதன் குச்சிகளை மந்திரம் செய்பவர்கள் பயன்படுத்துவார்கள்.

ஆக்கை - சிறிய கயிறு.

உம்பளச்சேரி மாடு - கீழத்தஞ்சையில் உழவுக்கும், வண்டி இழுக்கவும் பயன்படும் ஒரு மாட்டு இனம். உம்பளச்சேரி என்ற ஊர்ப் பெயரால் அறியப்படுவது.

உறை - ஒன்றன்மேல் ஒன்றாக அடுக்கிக் கேணி இறக்கப் பயன்பட்ட, சுமார் மூன்று அடி விட்டமும், ஒரு அடி உயரமும் உள்ள, மண்ணால் ஆன அமைப்பு.

எரிச்சகுழம்பு - பொங்கல் நாளில் பல காய்களைப் போட்டுத் தாளிக்காமல் செய்யும் குழம்பு.

ஒற்றை வீட்டுக்காரர் - ஒரு சாதிக்கு ஒரே வீடாகக் கிராமத்தில் இருக்கும் குடும்பம்.

ஒற்றை வீட்டுச் சாதி - கிராமத்தில் ஒரு குடும்பம் மட்டுமே இருக்கும் சாதி.

ஓடுகால் - நீர் ஓடுவதற்கு வகிர்ந்த சிறிய வாய்க்கால்.

ஓணாங்கொடி - கயிறுபோல் கட்டுவதற்குப் பயன்படும் ஒருவகைக் கொடி.

கட்டுமலை - பல படிகள் ஏறிச் செல்லும்படியாக உயரமாகக் கட்டியிருக் கும் கோயில்.

கட்டைப் பயறு - காம்பு சிவப்பாக இருக்கும் சிறிய அளவிலான இளம் வெற்றிலை.

கண்டுமுதல் - நெல் போன்றவற்றின் விளைச்சல், விளைச்சல் வீதம்.

கப்பிச் சாலை - பெரிய கருங்கல் (1.5' x 1.5'/ 2' x 2') ஜல்லியைக் கொண்டு தார் இல்லாமல் பாவிய சாலை.

கவுளி - நூறு வெற்றிலையுள்ள கட்டு.

காமரா உள் - வீட்டில் உடை மாற்ற, பெண்கள் உறங்க உள்ள அறை.

காரை - ஒரேயொரு வைக்கோல்.

காளாவை - செங்கல் சுடுவதற்கு அடுக்கிய செங்கல்/சுட்டுப் பிரிக்காமல் இருக்கும் செங்கல்.

குணவடை - வடகிழக்கிலிருந்து வீசும் மழைக்காலக் காற்று.

கும்பக் கலயம் - கும்பமாக வைப்பதற்கு உள்ள வாய் குறுகலான மண் கலயம்.

குளவி - வைக்கோல் காரைகளால் விரலால் முறுக்கிச் செய்யும் கயிறு.

சிட்டிக் கலயம் - கைக்குள் அடங்கும் அளவுள்ள சிறிய மண் கலயம்.

சுருனை - கொஞ்சமாக வைக்கோலில் சுற்றிக் கட்டியது, ஒரு கையளவு வைக்கோல்.

சேம்பை (இலை) - வாய்க்கால் ஓரத்தில் வளரும் அகலமான இலைக ளுடைய தாவரம். இலைகளில் உணவு வைத்துச் சாப்பிடலாம்.

சோனை - தென்மேற்குப் பருவக் காற்றின்போது பன்னீர்போல் தூறும், உடல் நனைக்காத மழை.

தளவாடி - தென்னை/பனைமரம் ஏறுவதற்குக் காலில் மாட்டிக்கொள் ளும் இரு முனையும் பிணைத்த கயிறு.

நீர்ப்பரண் - பரணில் இருப்பது போன்ற மேல்நிலை நீர்த்தொட்டி. (சொல்லாக்கமாக மேல்நிலை நீர்த்தொட்டிக்கு மாற்றாக நான் ஆக்கிய சொல் - overhead tank).

நெடுவாடை - நேராக வடக்கிலிருந்து வீசும் குளிர்காலக் காற்று.

நெட்டி மாலை - நெட்டி என்ற நீர்த் தாவரத்தைக் காயவைத்து, அதை வெட்டிச் சாயமேற்றி, மாட்டுக்குச் செய்யும் மாலை.

பசுங்காய் - முற்றாமல் இன்னும் பச்சையாக இருக்கும் நெல்.

பஞ்சலைக் கெண்டை - ஆற்றில் வரும் ஒரு வகைக் கெண்டை மீன்.

பஞ்சை - மிகவும் பலவீனமான/நைந்துபோன.

பழங்கலம் - மண்பானைகளைச் சூளையில் சுடும்போது சேதமாகிக் கழிக்கப்பட்ட பானை.

பாண்டை - அழுக்குப்பிடித்த, பளிச்சென்று இல்லாத ஒன்று.

பாய்மடை - வயல், குளம், குட்டைகளுக்கு ஆற்றிலிருந்து நீர் வருவதற்கான வாய்க்கால்/வழி.

பிரி - வைக்கோலால் திரித்துக்கொண்ட கயிறு போன்றது. வேறு கயிறுகளில் இரண்டு மூன்றாகச் சேர்த்து முறுக்கியவற்றுள் ஒன்று.

பிளவு - வெற்றிலைபாக்குக்குப் பழைய பெயர்.

பொரி மாவு - அரிசியை வறுத்து அரைத்துப் பெறும் மாவு.

போக்காளி - இளம் வயதில் மரித்தவர்.

மடவா கெண்டை - இலைபோல் அகலமாக இருக்கும் கெண்டை வகைக் கடல் மீன்.

முட்டி - இருபத்தைந்து கவுளிகள் கொண்ட வெற்றிலைக் கட்டு.

விச்சு - இனிப்புச் சேர்த்த பயத்தம்பருப்புக் கஞ்சி.

விடயம் - வெற்றிலையில் செய்யும் ஆடம்பரமான பீடா.

வெடுவால் - முடி வெள்ளையாக இருக்கும் மாட்டு வால்.

— 0 —

க்ரியாவின் வெளியீடுகளைப் பெறுவதற்கு

* அலுவலக நேரங்களில் (9.00 a.m. to 5.00 p.m.) எங்களுடைய தொலைபேசி எண்கள் *7299905950* / *044-42020283* ஆகியவற்றுக்குத் தொடர்பு கொண்டு புத்தகங்கள் வாங்கலாம்.

* மயிலாப்பூரில் ராமகிருஷ்ண மடத்துக்கு எதிரே உள்ள க்ரியா புத்தகக் கடைக்கு நேரடியாகச் சென்றும் புத்தகங்களை (1.00 p.m. to 7.30 p.m.) வாங்கிக்கொள்ளலாம். தொடர்புக்கு: *9551661806.*

* க்ரியாவின் இணையதளத்திலிருந்து (www.crea.in) நேரடியாகப் புத்தகங்களை வாங்கலாம்.

* சில நிர்வாகக் காரணங்களை முன்னிட்டு க்ரியா தன்னுடைய புத்தகங்களை வி.பி.பியின் மூலம் அனுப்புவதில்லை. ஆகையால் நீங்கள் பண விடை (M.O.) அல்லது வரைவோலை (DD) அனுப்பிப் புத்தகங்களைப் பெறலாம்.

* க்ரியாவின் வங்கிக் கணக்கில் நேரடியாகப் பணம் செலுத்தி எங்களுக்குத் தகவல் தெரிவித்தால் புத்தகங்கள் உடனே அனுப்பப்படும்.

    எங்கள் வங்கிக் கணக்கின் விவரங்கள்:

    Account Name: CREA PUBLISHERS
    Account No.: 768660941
    Bank: Indian Bank
    Branch: L.B. Road Branch
    IFSC: IDIB 000 L006